Impressum
Verlag: BABADADA GmbH, Nedderfeld 112 , 22529 Hamburg
Geschäftsführer / Verlagsleitung: Harald Hof
Druck: Books on Demand GmbH, In de Tarpen 42, 22848 Norderstedt

Imprint
Publisher: BABADADA GmbH, Nedderfeld 112 , 22529 Hamburg, Germany
Managing Director / Publishing direction: Harald Hof
Print: Books on Demand GmbH, In de Tarpen 42, 22848 Norderstedt

school

ilé-ìwé

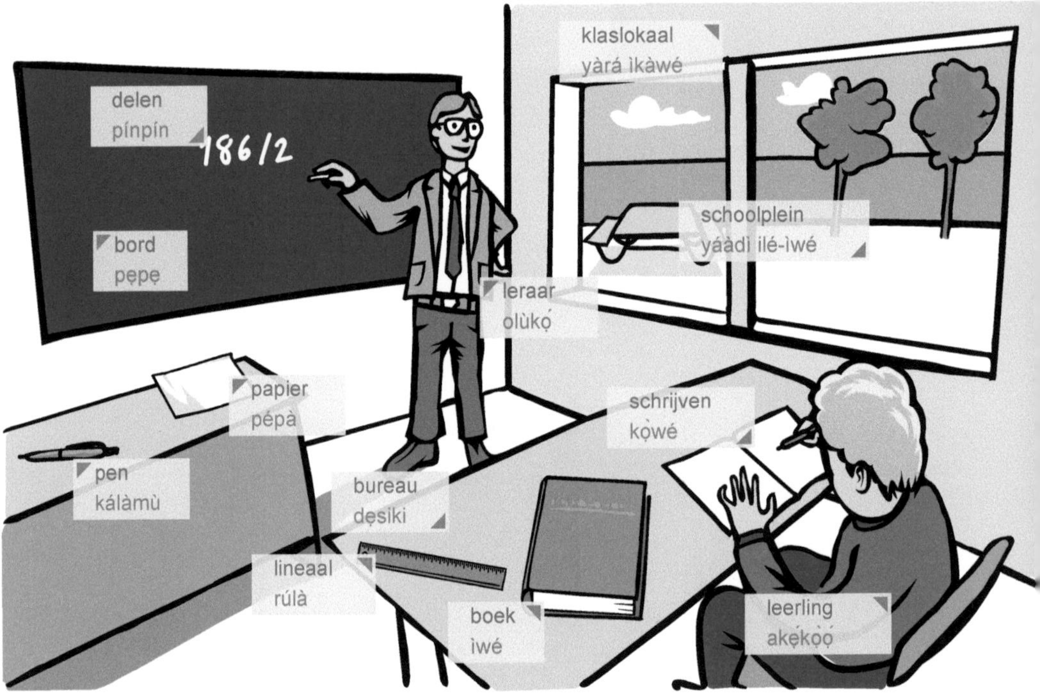
klaslokaal
yàrá ìkàwé
delen
pínpín
186/2
bord
pẹpẹ
schoolplein
yáàdì ilé-ìwé
leraar
olùkọ́
papier
pépà
schrijven
kọ̀wé
pen
kálámù
bureau
dẹsiki
lineaal
rúlà
boek
ìwé
leerling
akẹ́kọ̀ọ́

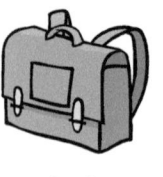

schooltas

ọ̀rá

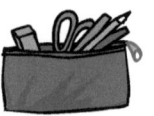

etui

àpò pẹnsuru

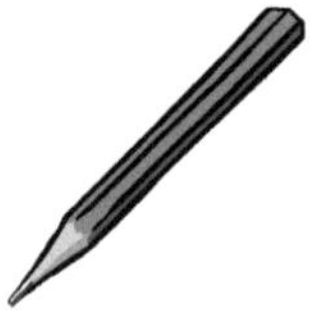

potlood

pẹnsuru

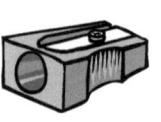

puntenslijper

olùgbẹ́ pẹnsuru

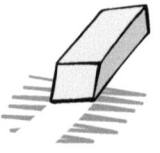

gum

rọ́bà

schetsblok

bọ́tìnnì yíyàwòrán

tekening

yíyàròwán

penseel

burọsi ọdà

verfdoos

àpótí ọdà

schaar

sisọsi

lijm

gúlù

schrift

ìwé iṣẹ́

huiswerk

iṣẹ́ àmúrelé

12

getal

nọ́mbà

2+2

optellen

àfikún

5-2

aftrekken

àyọkúrò

2×2

vermenigvuldigen

ìsọdipúpọ̀

rekenen

ṣírò

A

letter

lẹ̀tà

ABCDEFG
HIJKLMN
OPQRSTU
VWXYZ

alfabet

alábídí

woord

ọ̀rọ̀ sísọ

tekst

òrò kíkọ

lezen

kàwé

krijt

ṣọọkì

les

ìkẹkọọ́

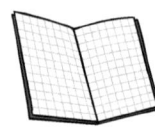

klassenboek

forúkọsílẹ̀

examen

ìdánwo

diploma

ìwé-ẹrí

schooluniform

aṣọ ilé-ìwé

opleiding

ẹ̀kọ́

encyclopedie

ìwé ìmọ̀

universiteit

yunifasiti

microscoop

ẹ̀rọ gbohùngbohùn

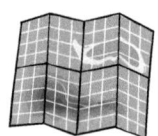

kaart

àwòrán àgbáyé

prullenmand

agbọ̀n ìdalẹ̀nù

reis
ìrìn àjò

Grand
hotel
ilé ìtura
hostel
ibùgbé akẹ́kọ̀ọ́
wisselkantoor
ibi ìpàrọ̀ owó
koffer
àpótí ọwọ́
auto
ọkọ̀ ayọ́kẹ́lẹ́

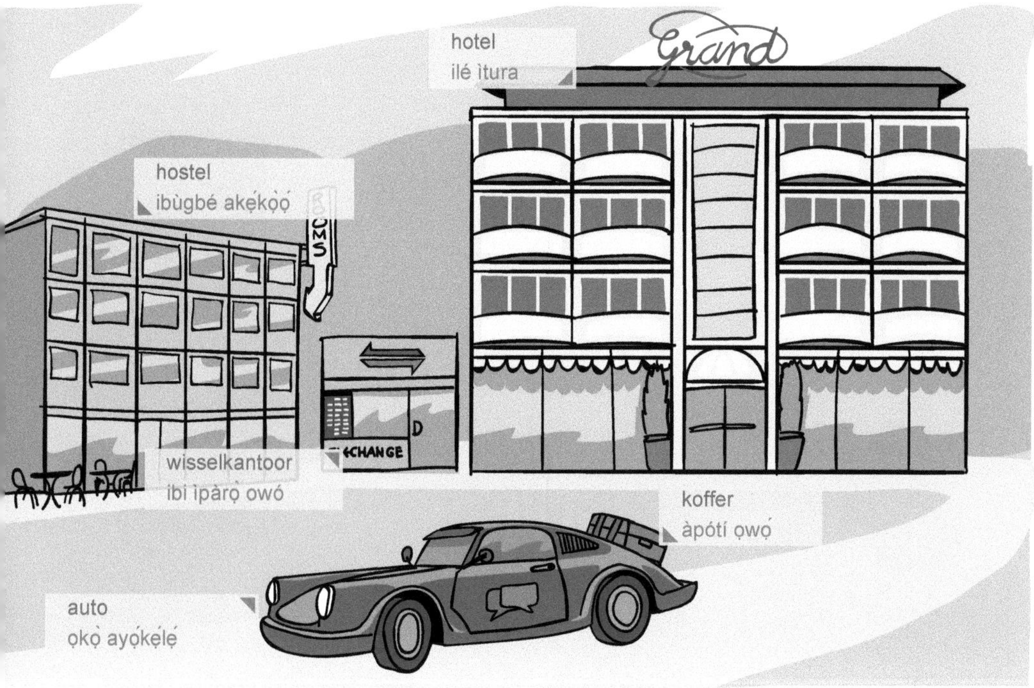

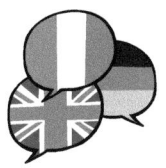

taal

èdè

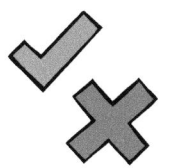

ja / nee

bẹ́ẹ̀ni / bẹ́ẹ̀kọ́

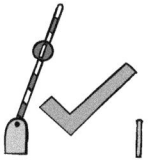

oké

Ó dára

Hallo!

ẹpẹ̀lẹ́

tolk

olùtúmọ̀ èdè

Bedankt.

O ṣeun

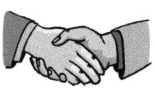

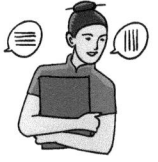

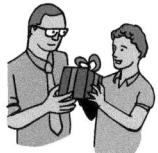

Wat kost ...?

èló ni... ?

Ik begrijp het niet.

Kò yé mi

probleem

ìṣòro

Goedenavond!

Ẹ káalẹ́!

Goedemorgen!

Ẹ kaarọ!

Goedenacht!

Ẹ káalẹ́!

Tot ziens!

ódìgbà

richting

ìtọ́ni

bagage

ẹrù-ẹni

tas

báàgì

rugzak

àpò ẹ̀yìn

gast

àlejò

kamer

yàrá

slaapzak

báàgì ibùsùn

tent

àgọ́

VVV-kantoor

àlàyé arìnrin àjò

strand

òkun

creditkaart

káàdì arópò owó

ontbijt

oúnjẹ àárọ̀

lunch

oúnjẹ ọsán

diner

oúnjẹ alẹ́

kaartje

tikẹti

lift

ìgbésókè

postzegel

èdidí

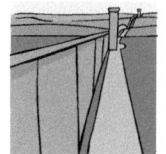

grens

àlà

douane

àwọn àṣà

ambassade

ibi ìwé ìrìnà

visum

fisa

paspoort

ìwé ìrìnà

transport
ọkọ̀

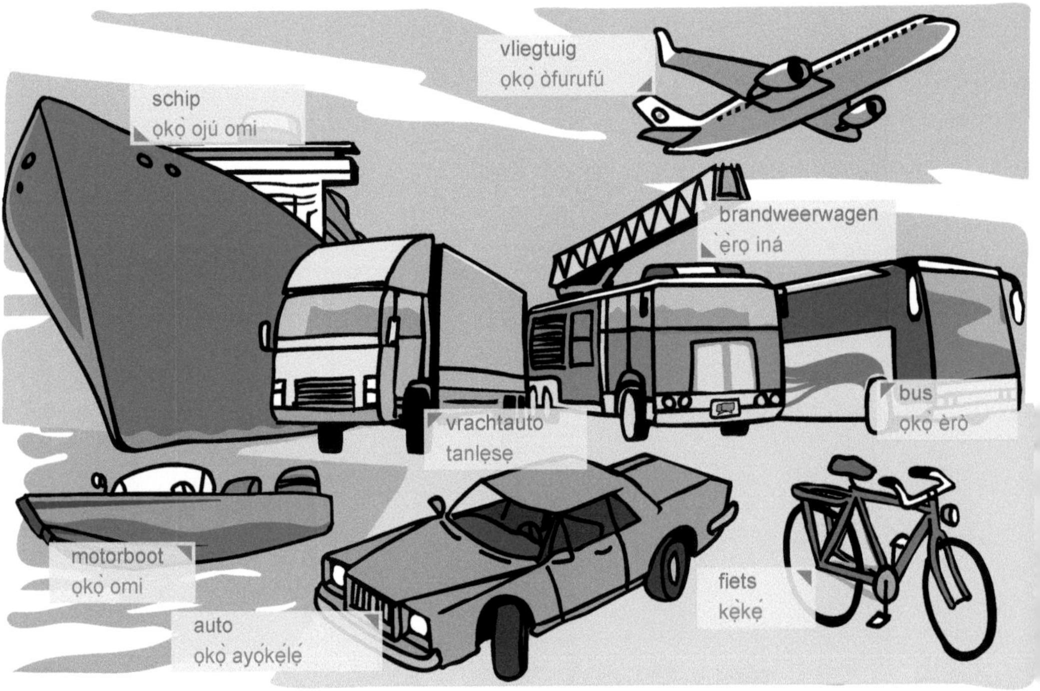
vliegtuig
ọkọ̀ òfurufú
schip
ọkọ̀ ojú omi
brandweerwagen
ẹ̀rọ iná
bus
ọkọ̀ èrò
vrachtauto
tanlẹsẹ
motorboot
ọkọ̀ omi
fiets
kẹ̀kẹ́
auto
ọkọ̀ ayọ́kẹ́lẹ́

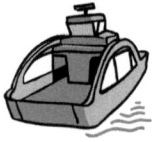

veerboot

ọpán

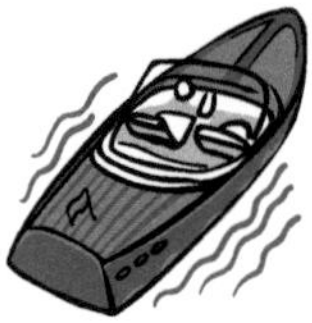

boot

ọpọ́n ojú omi

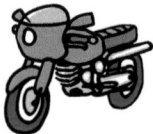

motorfiets

atapùpù

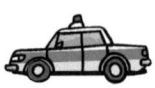

politiewagen

ọkọ̀ ọlọ́pàá

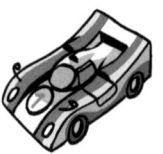

raceauto

ọkọ̀ ìsáré

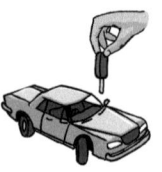

huurauto

ọkọ̀ yíyá

carsharing

àpínlò ọkọ̀

takelwagen

ìgbọ́kọ̀

vuilniswagen

ọkọ̀ dída ilẹ̀ nù

motor

manto

benzine

epo

benzinepomp

ilé epo

verkeersbord

àmì iwakọ̀

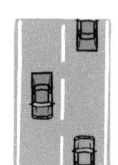

verkeer

iwakọ̀

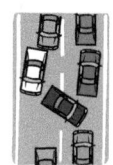

file

súnkẹrẹ

parkeerplaats

ibi ìgbọ́kọ̀sí

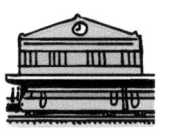

station

ibùdókọ̀ ojú irin

rails

àwọn òpópó

trein

ọkọ̀ ojú irin

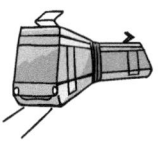

tram

ọkọ̀ ori ilẹ̀

wagon

ẹrù

helikopter

ẹlikọputa

luchthaven

ibùdókọ̀ òfurufú

toren

òpó

passagier

èrò

container

ibi ìpamọ́

verhuisdoos

katun

kar

apèrẹ̀

mand

agbọ̀n

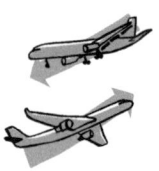

opstijgen / landen

gbéra / balẹ̀

stad

ìlú

dorp

abúlé

stadscentrum

àárín ìlú

huis

ilé

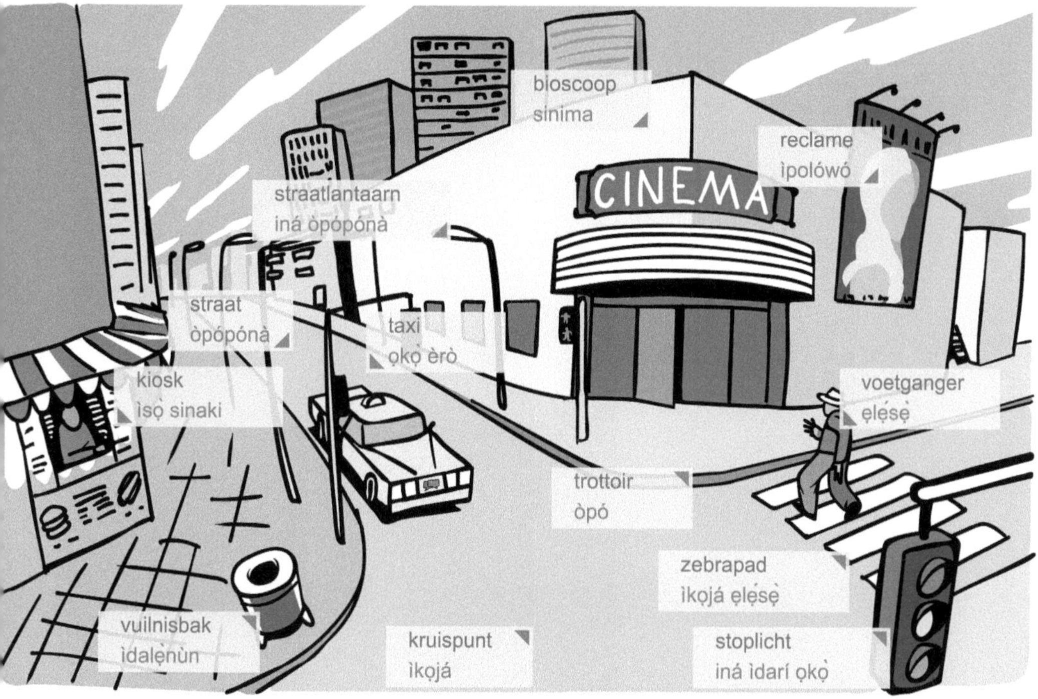

bioscoop
sinima
reclame
ìpolówó
CINEMA
straatlantaarn
iná òpópónà
straat
òpópónà
taxi
ọkọ̀ èrò
kiosk
ìsọ̀ sinaki
voetganger
ẹlẹ́sẹ̀
trottoir
òpó
zebrapad
ìkọjá ẹlẹ́sẹ̀
vuilnisbak
ìdalẹ̀nùn
kruispunt
ìkọjá
stoplicht
iná ìdarí ọkọ̀

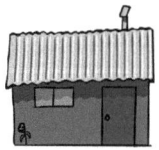

hut

abà

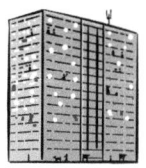

appartement

filati

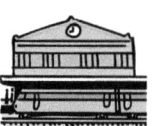

station

ibùdókọ̀ ojú irin

stadhuis

ojúde

MUSEUM

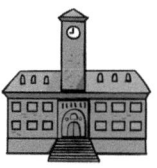

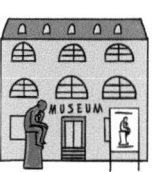

museum

musiọmu

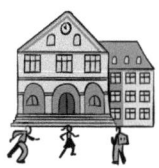

school

ilé-ìwé

universiteit
yunifasiti

bank
ilé ìfowópamọ́

ziekenhuis
ilé ìwòsàn

hotel
ilé ìtura

apotheek
olùta ògùn

kantoor
ọfisi

boekenwinkel
ìsọ̀ ìwé

winkel
ìsọ̀

bloemenwinkel
òdòdó

supermarkt
ibi ìtajà

markt
ọjà

warenhuis
ibi ẹka iṣẹ́

visboer
ibi ẹja

winkelcentrum
ibi ìrajà

haven
bèbè omi

park

ibi ìgbafẹ́

bank

àga

brug

afárá

trap

àgàsọ̀

metro

abẹ́ ilẹ̀

tunnel

ihò ilẹ̀

bushalte

ibùdókọ̀

bar

ilé ọtí

restaurant

ilé oúnjẹ

brievenbus

àpótí ìfiwéránṣẹ́

straatnaambord

àmì òpópónà

parkeermeter

mita ìgbọ́kọ̀sí

dierentuin

ibi ẹranko

zwembad

ibi ìwẹ̀

moskee

mọ́ṣálásí

boerderij

oko

vervuiling

ìdọ̀tí

begraafplaats

ibi ìsìnkú

kerk

ilé ìjọsìn

speelplaats

ibi ìṣeré

tempel

tẹmpili

landschap

ẹlẹ́bùú

blad
ewé

wegwijzer
ajúwe

weg
ọ̀nà

weide
ilẹ̀ koríko

steen
òkúta

boom
igi

wandelaar
olùrìn

rivier
odò

gras
kóriko

bloem
òdòdó

vallei

kòtò

berg

òkè

meer

adágún omi

bos

aginjù

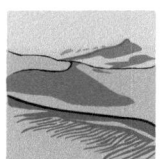

woestijn

aṣálẹ̀

vulkaan

ilẹ̀ ríru

kasteel

ibùgbé

regenboog

òṣùmàrè

paddenstoel

esun

palmboom

ọ̀pẹ

mug

ẹ̀fọn

vlieg

eṣinṣin

mier

kòkòrò

bij

oyin

spin

alantakun

kever

làbọnlàbọn

kikker

ọpọlọ

eekhoorn

ọkẹrẹ ńlá

egel

sẹsẹ

haas

ọkẹrẹ

uil

òwìwí

vogel

ẹyẹ

zwaan

pẹ́pẹ́yẹ ńlá

wild zwijn

ẹlẹ́dẹ́ igbó

hert

àgbọ̀nrín

eland

àgbọ̀nrín ńlá

stuwdam

adágún

windmolen

ọpá afẹ́fẹ́

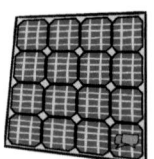

zonnepaneel

panẹẹ̀lì òrùn

klimaat

ojú-ọjọ̀

restaurant
ilé oúnjẹ

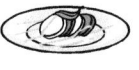

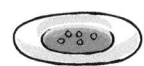

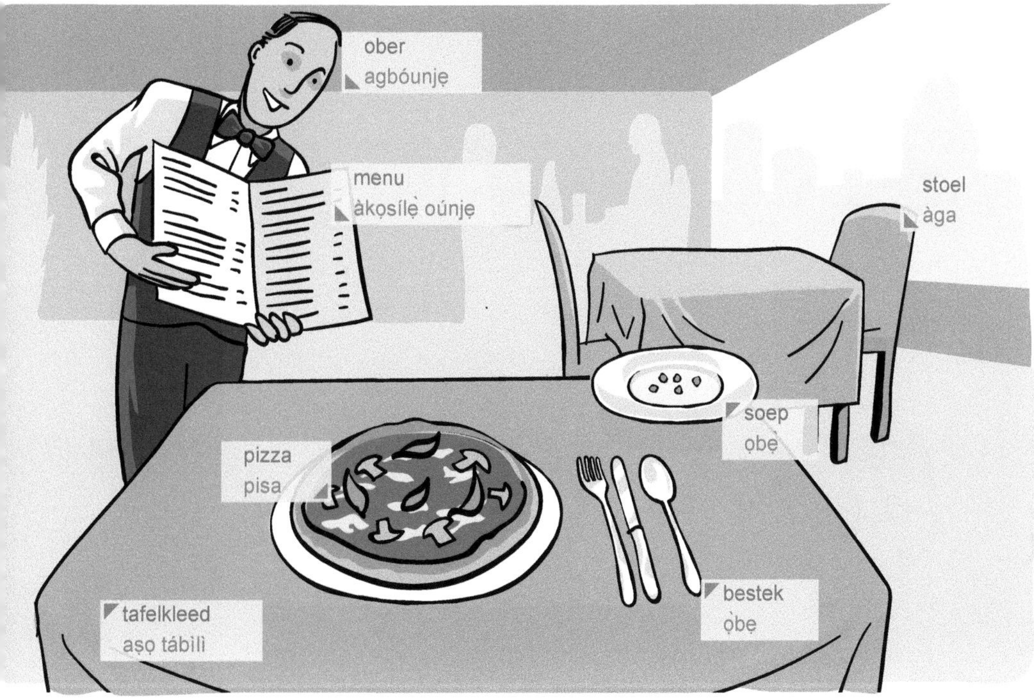
ober
agbóunjẹ
menu
àkọsílẹ̀ oúnjẹ
stoel
àga
soep
ọ̀bẹ
pizza
pisa
tafelkleed
aṣọ tábìlì
bestek
ọ̀bẹ

voorgerecht

ìpanu

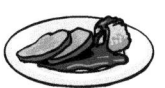

hoofdgerecht

oúnjẹ gangan

toetje

ìpanu lẹ́yin oúnjẹ

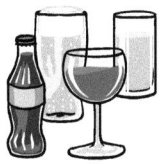

dranken

ohun mímu

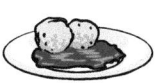

eten

oúnjẹ

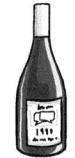

fles

ìgò

fastfood

oúnję kíá

eetkraampje

oúnję òpópónà

theepot

abọ tii

suikerpot

abọ ṣúgà

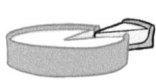

portie

ìpín

espressomachine

ẹ̀rọ ẹsipirẹso

kinderstoel

àga gíga

rekening

ináwó oṣoṣù

dienblad

tire

mes

ọbẹ

vork

fóọ̀kì

lepel

ṣíbí

theelepel

ṣíbí tii

servet

pépà ìnuwọ́

glas

gilasi

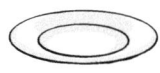

bord
abọ́

soepbord
abọ́ ọbẹ̀

schotel
pẹlẹbẹ

saus
ọbẹ̀

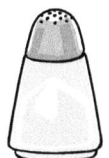

zoutvaatje
kòkò iyọ̀

pepermolen
ìlọta

azijn
fẹniga

olie
òróró

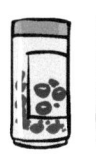

kruiden
èròjà

ketchup
kẹsọpu

mosterd
mọsitadi

mayonaise
mayonesi

supermarkt
ibi ìtajà

aanbieding
ẹ̀dínwó
FOR
klant
oníbààrà
zuivelproducten
wàrà
fruit
èso
winkelwagen
ọmọlanke

BUTCHERS
slager
alápatà

BAKERY
bakkerij
beka

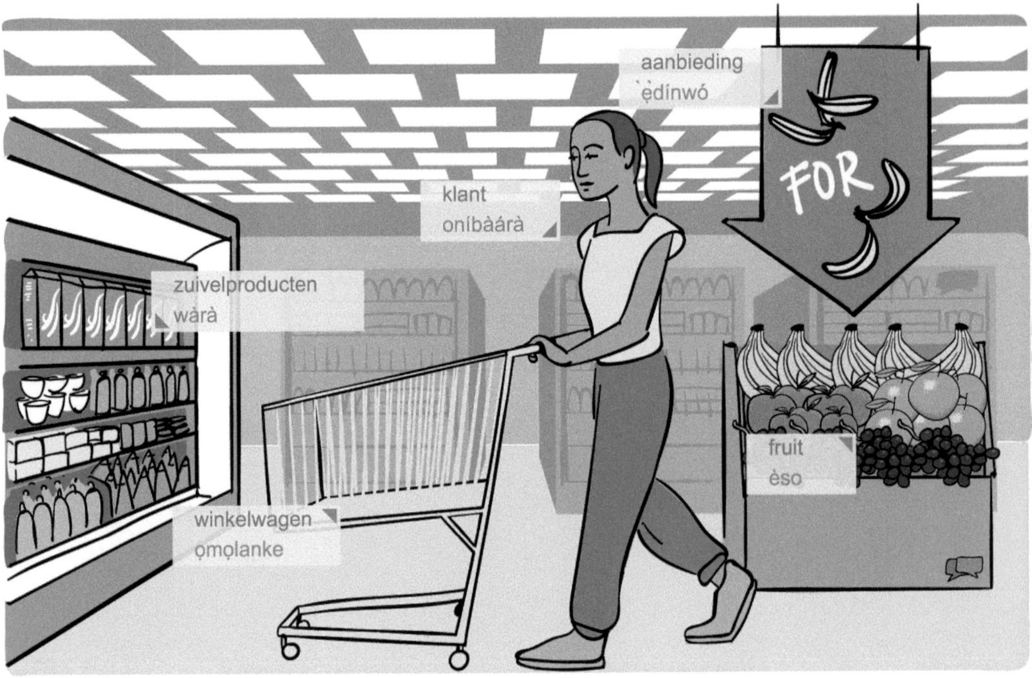

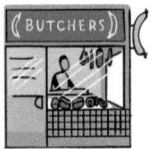

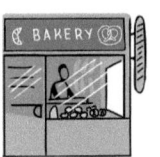

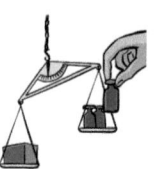

wegen
wọ̀n

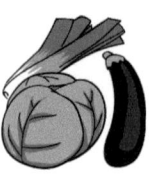

groente
ewébẹ̀

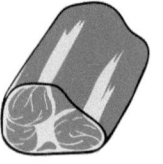

vlees
ẹran

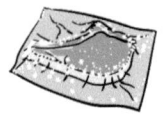

diepvriesproducten
oúnjẹ dídì

vleeswaren

eran tútù

conserven

oúnjẹ agolo

wasmiddel

ọsẹ ìfọsọ

snoepgoed

àdíndùn

huishoudelijke artikelen

àgbéjáde ẹbí

schoonmaakmiddel

ohun ìtọjú

verkoopster

olùtajà

kassa

tili

kassier

akawó

boodschappenlijstje

àkójọ ìrajà

openingstijden

wákàtí ìbẹ̀rẹ̀

portefeuille

ìpamọ́

creditkaart

káàdì arópò owó

tas

báàgì

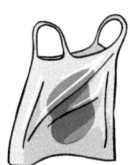

plastic zak

báàgì ọrá

water

omi

sap

omi èso

melk

wàrá

cola

koki

wijn

waini

bier

bia

alcohol

ọtí líle

chocolademelk

kòkó

thee

tii

koffie

kofí

espresso

ẹsipirẹso

cappuccino

kapusino

banaan

ọ̀gẹ̀dẹ̀

appel

apu

sinaasappel

ọsàn

watermeloen

ẹ̀gúsí

citroen

òronbò

wortel

karọti

knoflook

galiki

bamboe

ọparun

ui

àlùbọ́sà

paddenstoel

esun

noten

ẹ̀pà

pasta

nodu

spaghetti

sipajẹti

rijst

ìrẹsì

salade

saladi

friet

ìpanu

gebakken aardappelen

ànàmọ́ díndín

pizza

pisa

hamburger

bọ́gà

sandwich

sanwịṣi

schnitzel

ẹran sísun

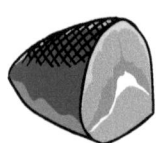

ham

ẹsẹ̀ ẹlẹ́dẹ̀

salami

salami

worst

sọseji

kip

ẹran ẹdìyẹ

gebraad

sun

vis

ẹja

havermout

oti pǫreji

muesli

musęli

cornflakes

confulakisi

meel

iyęfun

croissant

kirosanti

broodjes

rolu búrędì

brood

burędi

toast

dín

koekjes

bisikiti

boter

bǫ́tà

kwark

kǫdu

taart

keki

ei

ęyin

gebakken ei

ęyin díndín

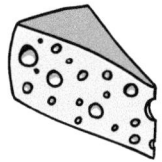

kaas

șiși

ijs

aisi kirimu

suiker

ṣúgà

honing

oyin

jam

jamu

chocoladepasta

àfira ṣokoleti

kerrie

kọri

boerderij
oko

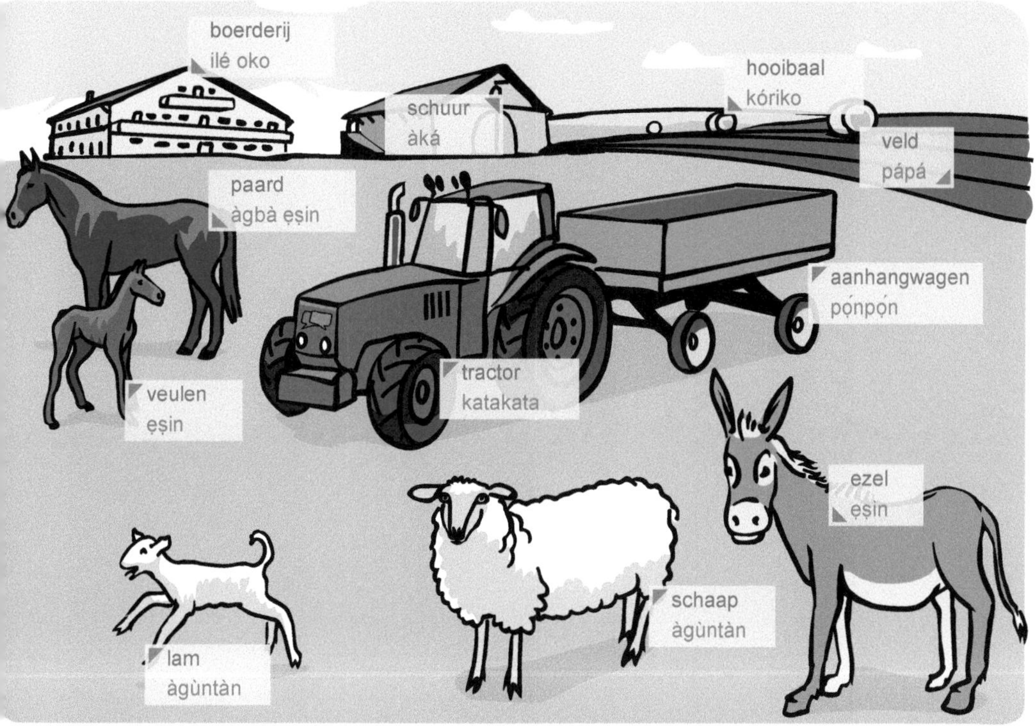
boerderij
ilé oko
schuur
àká
hooibaal
kóriko
veld
pápá
paard
àgbà ẹṣin
aanhangwagen
pọ́npọ́n
tractor
katakata
veulen
ẹṣin
ezel
ẹṣin
schaap
àgùntàn
lam
àgùntàn

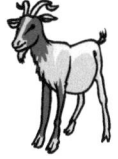

geit

ewúrẹ́

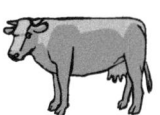

koe

máàlù

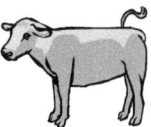

kalf

ọdọ́ àgùntàn

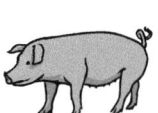

varken

ẹlẹ́dẹ̀

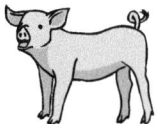

big

ọmọ ẹlẹ́dẹ̀

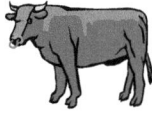

stier

àgbò

gans

ọmọ pẹ́pẹ́yẹ

eend

pẹ́pẹ́yẹ

kuiken

ọmọ adìyẹ

kip

adìyẹ

haan

àkùkọ

rat

èkúté

kat

olóngbò

muis

eku

os

kẹ́tẹ́kẹ́tẹ́

hond

ajá

hondenhok

ilé ajá

tuinslang

ọ̀pá ọgbà

gieter

abọ́ omi

zeis

scythe

ploeg

ọkọ̀ irúgbìn

sikkel

abẹ oko

schoffel

ọkọ́

hooivork

irinṣẹ́ kóriko

bijl

àáké

kruiwagen

wilibaro

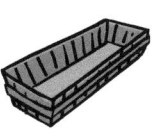

trog

àgbá

melkbus

abọ́ wàrà

zak

àpò

hek

ògiri

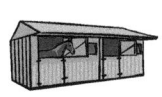

stal

pẹpẹ oko

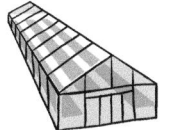

broeikas

ibi ìdáko

grond

ilẹ̀

zaad

irúgbìn

mest

ajílẹ̀

maaidorser

àkópọ̀ olùkórè

oogsten

ìkórè

oogst

ìkórè

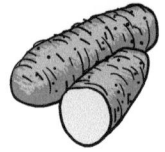

yam

iṣu

tarwe

bàbà

soja

soya

aardappel

ànàmọ́

maïs

àgbàdo

koolzaad

irúgbìn rapu

fruitboom

igi èso

maniok

ẹ̀gẹ́

granen

jéró

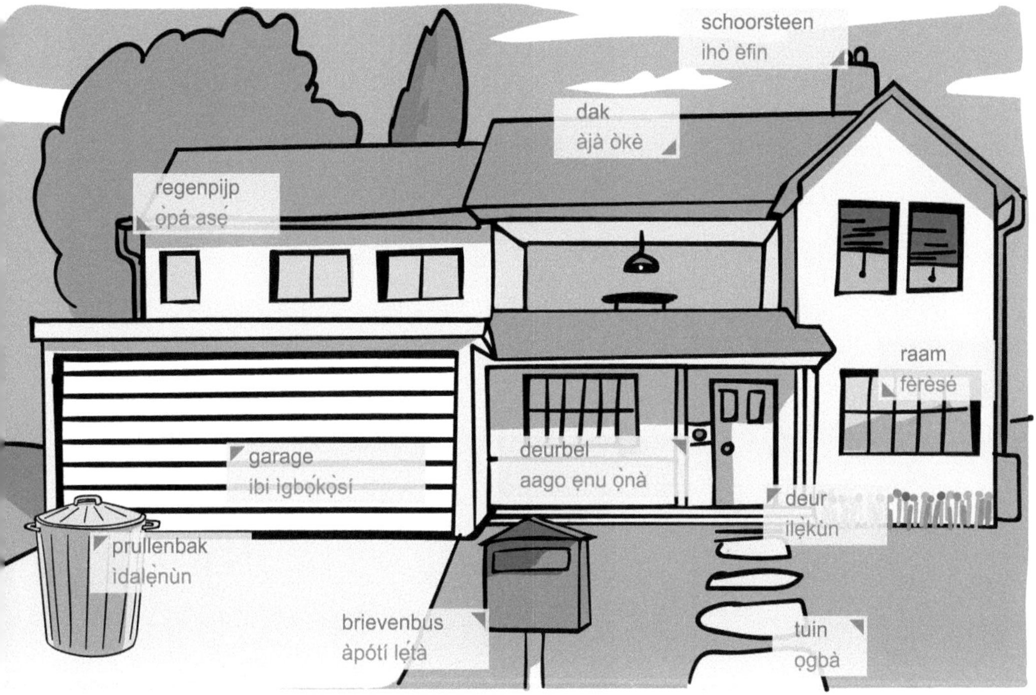

schoorsteen
ihò èfin

dak
àjà òkè

regenpijp
ọ̀pá asẹ́

raam
fèrèsé

garage
ibi ìgbọ́kọsí

deurbel
aago ẹnu ọ̀nà

deur
ílẹ̀kùn

prullenbak
ìdalẹ̀nùn

brievenbus
àpótí lẹ́tà

tuin
ogbà

woonkamer

yàrá ìgbé

badkamer

ilé ìwẹ̀

keuken

ilé ìdáná

slaapkamer

yàrá ìbùsùn

kinderkamer

yàrá ọmọdé

eetkamer

yàrá ìjẹun

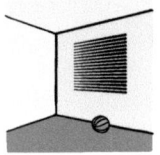

vloer
ilẹ̀

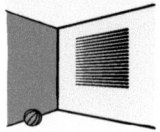

muur
ògiri ilé

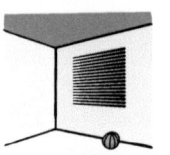

plafond
àjà

kelder
sẹla

sauna
sauna

balkon
ọ̀dẹ̀dẹ̀

terras
ọ̀nà

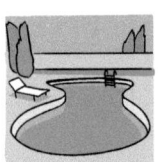

zwembad
ibi ìwẹ̀

grasmaaier
ẹ̀rọ ìgéko

laken
ojú-ewé

bedsprei
aṣọ orí ibùsùn

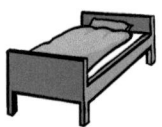

bed
ibùsùn

bezem
ọwọ̀

emmer
garawa

schakelaar
yípo

woonkamer
yàrá ìgbé

behang
pépà ògiri
foto
àwòrán
lamp
iná
plank
sẹfu
kast
kọbọdu
televisie
àmóhùnmáwòrán
open haard
ibi ìdáná
bloem
òdòdó
kussen
tìmùtìmù
bankstel
sọfa
vaas
fasi
afstandsbediening
ìdarí takété

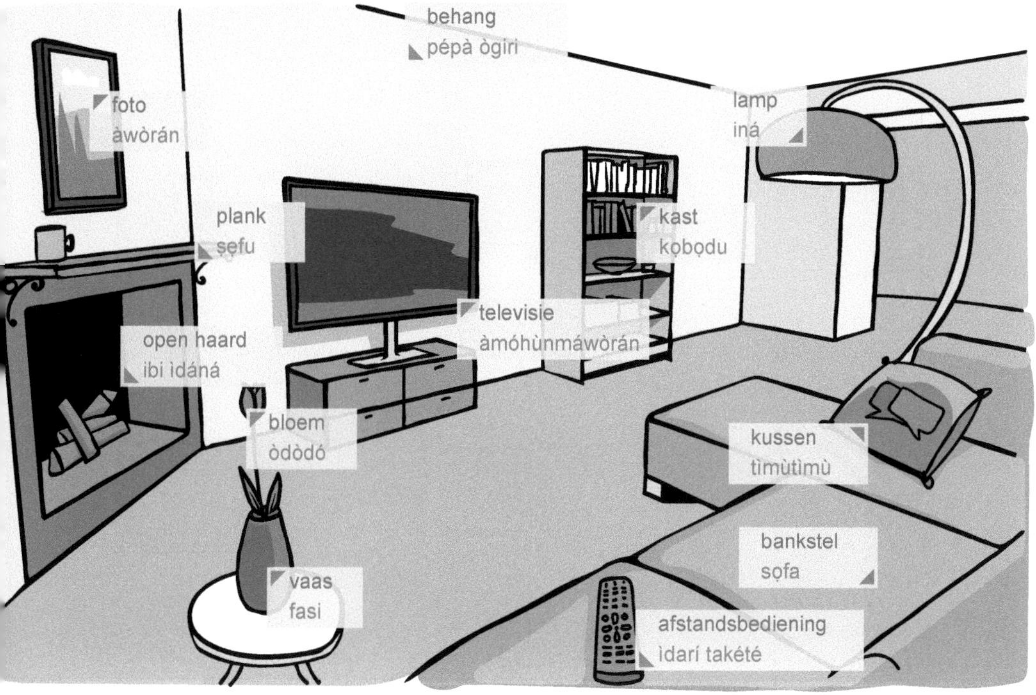

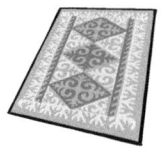

tapijt

kapẹti

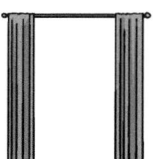

gordijn

kọtini

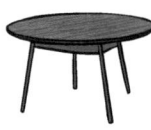

tafel

tábìlì

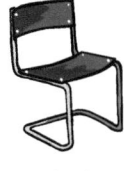

stoel

àga

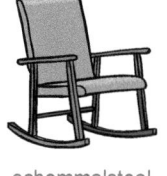

schommelstoel

àga amìtìtì

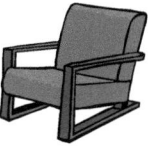

stoel

àga ọlọ́wọ́

boek

ìwé

deken

aṣọ ìbora

decoratie

ọ̀ṣọ́

brandhout

igi ìdáná

film

fíìmù

stereo-installatie

irinṣẹ́ hi-fi

sleutel

kọ́kọ́rọ́

krant

ìwé ìròyìn

schilderij

kíkunlé

poster

àlẹ̀mọ́

radio

redio

kladblok

ìkọ̀wé

stofzuiger

ufa

cactus

kakitọsi

kaars

àbẹ̀là

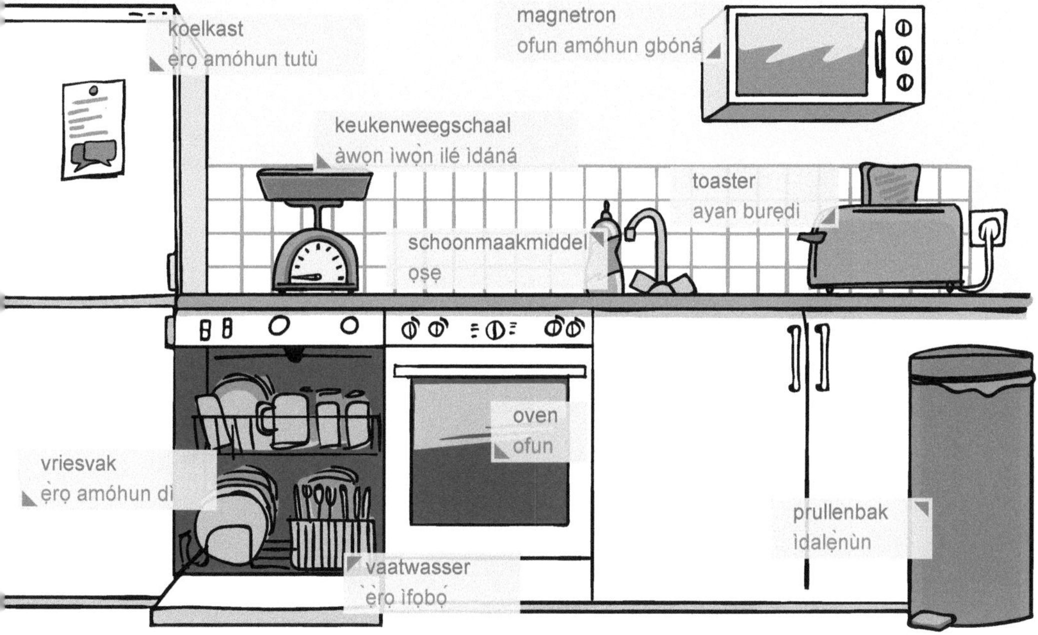

koelkast
èrọ amóhun tutù

magnetron
ofun amóhun gbóná

keukenweegschaal
àwọn ìwọ̀n ilé ìdáná

toaster
ayan burẹdi

schoonmaakmiddel
ọṣẹ

oven
ofun

vriesvak
èrọ amóhun dì

prullenbak
ìdalẹ̀nùn

vaatwasser
èrọ ìfọbọ́

fornuis

ìdáná

pan

ìṣasun

gietijzeren pan

ìṣasun irin

wok / kadai

wok / kadai

koekenpan

panu

ketel

kẹturu

stoomkoker

amoru

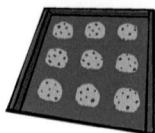

bakplaat

pẹpẹ ìdáná

servies

dídáná

beker

ife gilasi

kom

àdému

eetstokjes

igi ijẹun

soeplepel

ladu

spatel

ṣíbí kòtò

garde

wisiki

vergiet

sitirena

zeef

asẹ́

rasp

gireta

vijzel

odó

barbecue

àsun

vuurhaard

ibi ìdáná

snijplank

pẹpẹ gígé

deegroller

igi ilọ̀

kurkentrekker

kọkisukuru

blik

agolo

blikopener

olùṣí agolo

pannenlap

àdìmú iṣasun

wasbak

kòtò

borstel

burọṣi

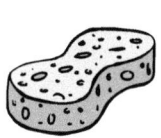

spons

kaninkanin

blender

ẹ̀rọ ilọta

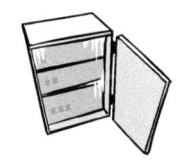

vriezer

ẹ̀rọ amóhun dì oníkòtò

babyflesje

ohun ìjẹun ọmọdé

kraan

ẹnu ẹ̀rọ omi

keuken - ilé ìdáná   37

badkamer

ilé ìwẹ̀

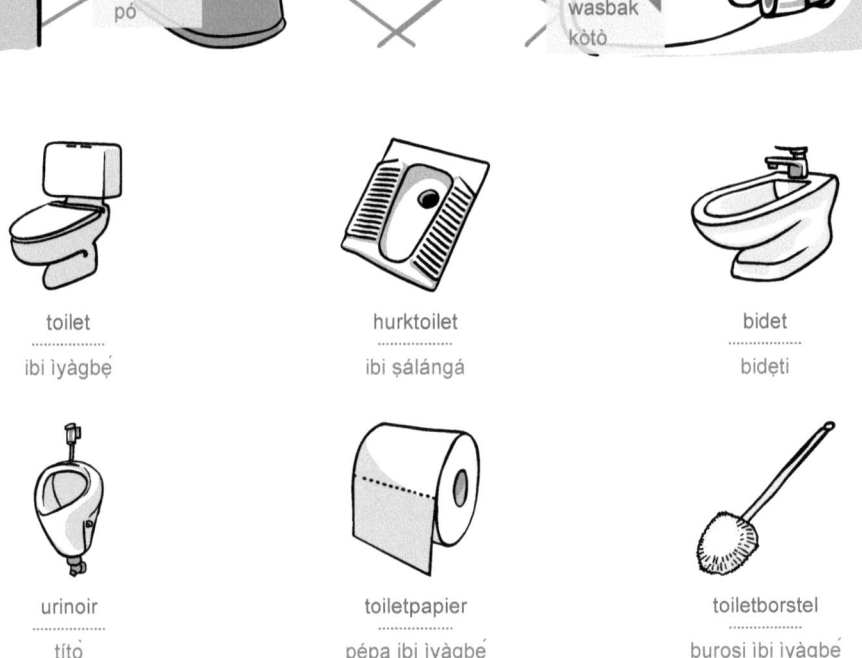

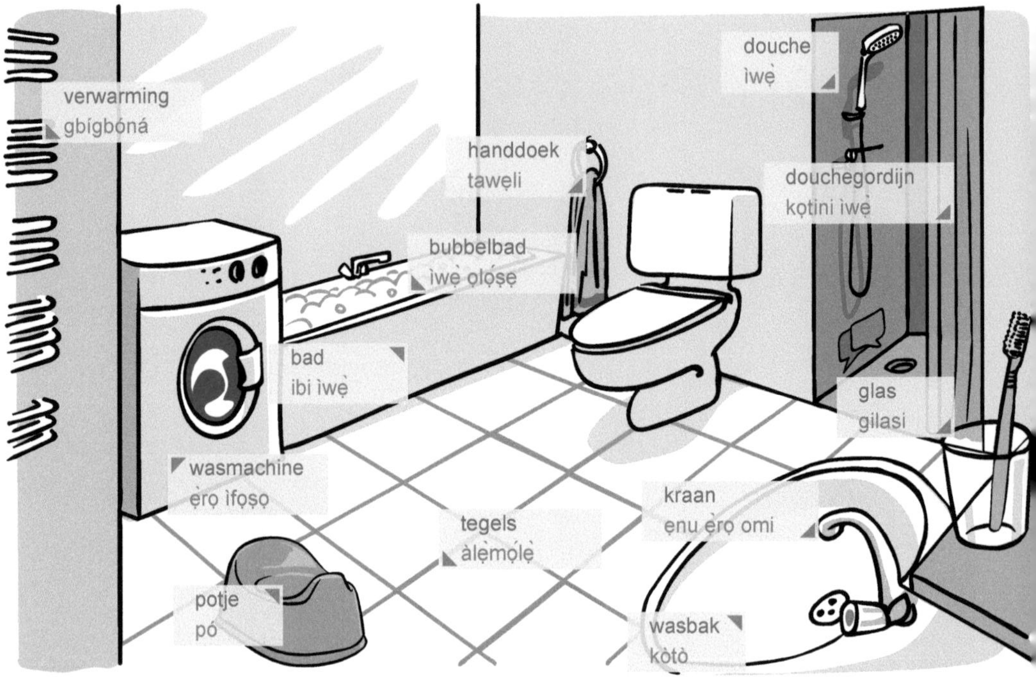
verwarming
gbígbóná
douche
ìwẹ̀
handdoek
tawẹli
douchegordijn
kọtini ìwẹ̀
bubbelbad
ìwẹ̀ ọlọ́ṣẹ
bad
ibi ìwẹ̀
glas
gilasi
wasmachine
ẹ̀rọ ìfọṣọ
kraan
ẹnu ẹ̀rọ omi
tegels
àlẹ̀mọ́lẹ̀
potje
pó
wasbak
kòtò

toilet

ibi ìyàgbẹ́

hurktoilet

ibi ṣálángá

bidet

bidẹti

urinoir

títọ̀

toiletpapier

pépa ibi ìyàgbẹ́

toiletborstel

burọṣi ìbi ìyàgbẹ́

tandenborstel

igi ifọnu

tandpasta

ọṣẹ ifọnu

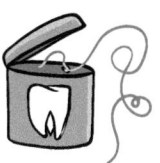

flosdraad

filọsi eyin

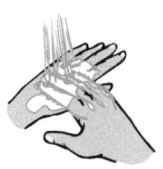

wassen

fọsọ

handdouche

ìwẹ̀ ọlọ́wọ́

toiletdouche

doṣi

waskom

basin

rugborstel

burọṣi ẹ̀yìn

zeep

ọṣẹ

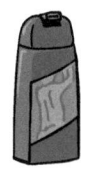

douchegel

gẹli iwẹ̀

shampoo

ọ̀ṣẹ irun

washanje

filanẹni

afvoer

sẹ

creme

ìpara

deodorant

olóòrùn dídún

spiegel

dingi

make-upspiegel

díngi ọwọ́

scheermes

abẹ

scheerschuim

fomu ifárungbọn

aftershave

lẹ́yìn ìfarungbọ̀n

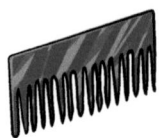

kam

ìyarun

borstel

burọ̀sì

haardroger

agbẹrun

haarspray

ìparun

make-up

ìmúra

lippenstift

ìtọ́tè

nagellak

faniṣi èkaná

watten

òwú

nagelschaartje

sisọsi èkaná

parfum

pafumu

toilettas

báàgì ìwẹ̀

kruk

àga

weegschaal

ìwọ̀n

badjas

okùn ìwẹ̀

rubber handschoenen

ìbọ̀wọ́ rọ́bà

tampon

tampun

maandverband

ìnuwọ́

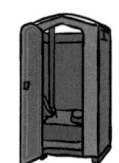

chemisch toilet

ṣálángá kẹmika

kinderkamer
yàrá ọmọdé

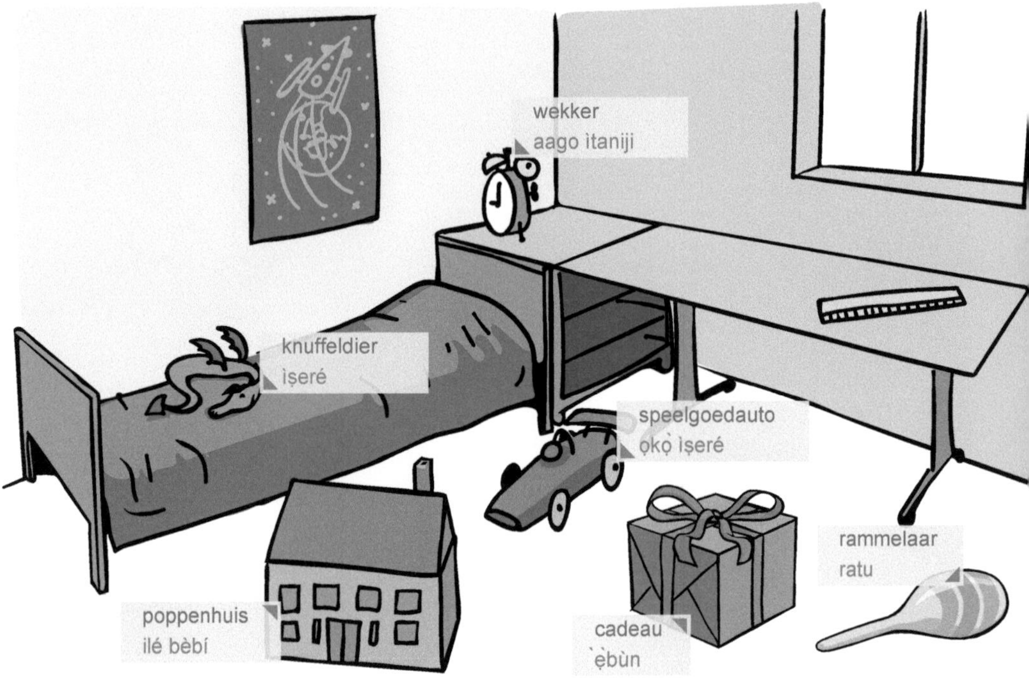
wekker
aago ìtaniji
knuffeldier
ìṣeré
speelgoedauto
ọkọ̀ ìṣeré
rammelaar
ratu
poppenhuis
ilé bèbí
cadeau
ẹ̀bùn

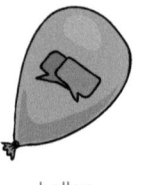

ballon
fèrè

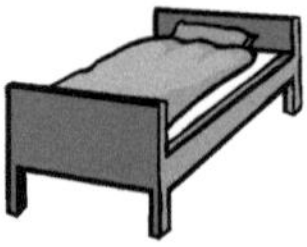
bed
ibùsùn

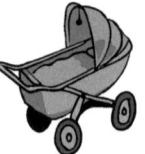

kinderwagen
ìgbọ́mọ

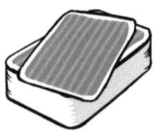

kaartspel
àpapọ̀ káàdì

puzzel
ayùn

SUPER MEGA
stripverhaal
àwàdà

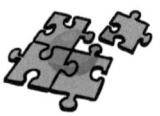

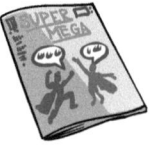

legostenen

àwọn biriki

speelgoedblokken

ohun iṣeré

actiefiguurtje

figọ iṣe

romper

ìdàgbàsókè

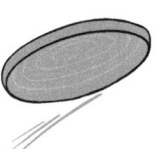

frisbee

firisibi

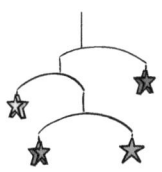

mobile

alágbèéká

bordspel

eré pẹpẹ

dobbelsteen

daisi

modeltrein

àkópọ̀ ìkọ́ni àwòṣe

speen

dọmi

feestje

ayẹyẹ

prentenboek

ìwé àwòrán

bal

bọ́ọ̀lù

pop

bèbí

spelen

ṣeré

zandbak

kòtò yẹ̀pẹ̀

schommel

jangilofa

speelgoed

àwọn ìṣeré

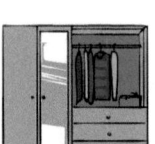

spelcomputer

kọ́nsolu ìṣeré fídíò

driewieler

ẹlẹ́ṣẹ̀ mẹ́ta

teddybeer

bèbí ọmọdé

kleerkast

ibi ìkaṣọsi

kleding

aṣọ

sokken

sọkisi

kousen

sitọkin

panty

ṣòkòtò

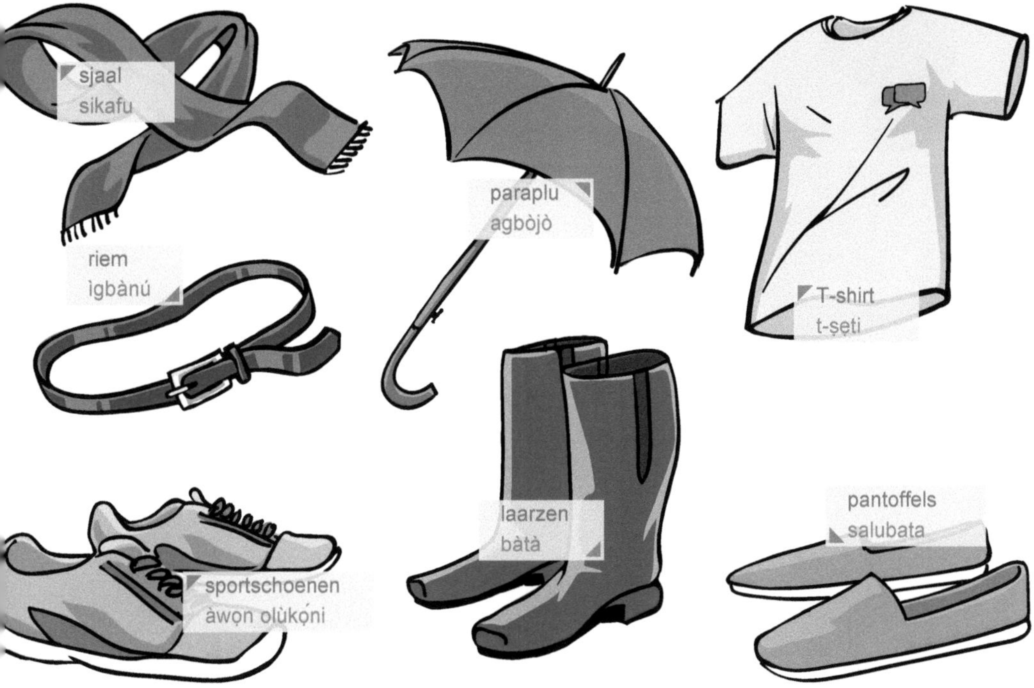

sjaal
sikafu

riem
ìgbànú

paraplu
agbòjò

T-shirt
t-ṣeti

laarzen
bàtà

pantoffels
salubata

sportschoenen
àwọn olùkọ́ni

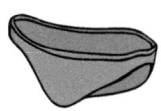

sandalen
salubata

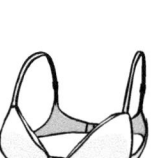

schoenen
bàtà

rubberlaarzen
bàtà òjò

onderbroek
pátá

beha
kọ́mú

onderhemd
fẹsiti

body

ara

broek

ṣòkòtò

spijkerbroek

kakí

rok

sikẹti

blouse

bulausi

overhemd

ṣẹti

trui

dúró

hoody

ìbòrí

blazer

aṣọ òkè

jas

aṣọ otútù

mantel

kotu

regenjas

aṣọ òjò

kostuum

ìmúra

jurk

wọṣọ

trouwjurk

aṣọ ìgbéyàwó

pak

sutu

nachthemd

aṣọ àwọ̀sùn

pyjama

pijama

sari

sari

hoofddoek

gèlè

tulband

tọbanu

boerka

bọka

kaftan

kafitani

abaja

abaya

zwempak

aṣọ ìwẹdò

zwembroek

aṣọ àwọ̀sókè

korte broek

penpe

trainingspak

kotu

schort

aṣọ ìdáná

handschoenen

ìbọwọ́

knoop

bòtìnnì

bril

awò

armband

ẹgbà ọwọ́

ketting

ẹgbà ọrùn

ring

òrùka

oorbel

gbígbọ́

pet

fìlà

kledinghanger

ìkọ́ kotu

hoed

àkẹtẹ̀

stropdas

tai

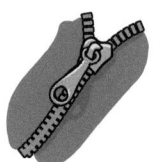

rits

sipu

helm

koto

bretels

bìresi

schooluniform

aṣọ ilé-ìwé

uniform

yunifọmu

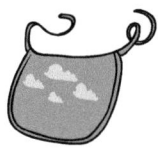

slabbetje

bibu

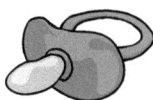

speen

dọmi

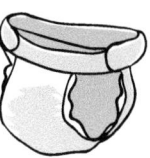

luier

ìlédìí

kantoor
ọfisi

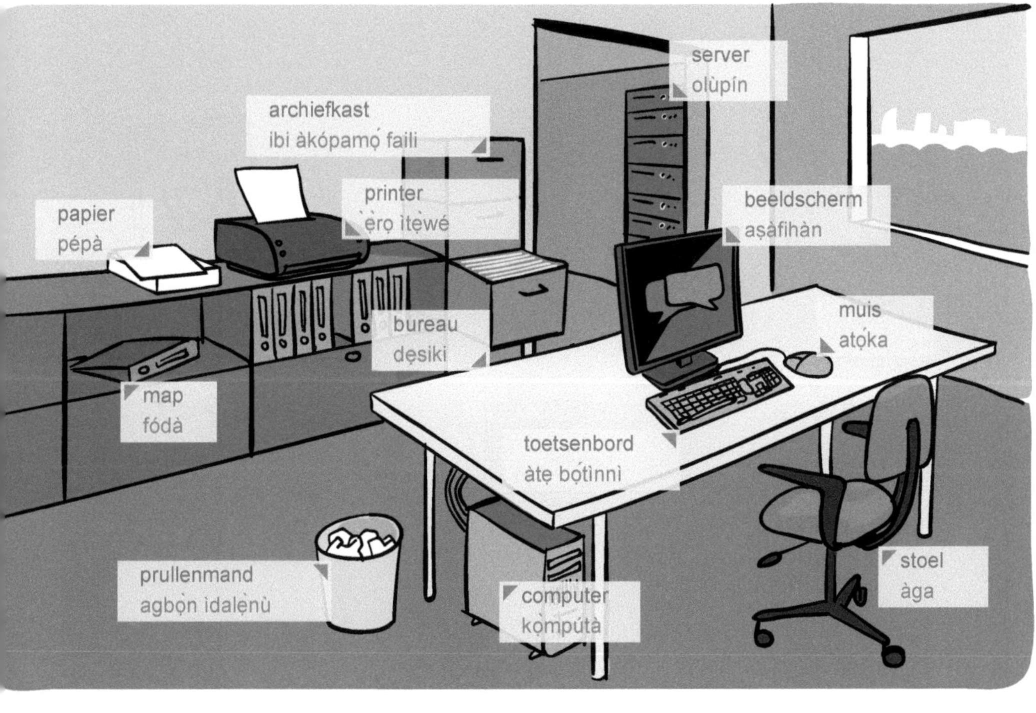
server
olùpín
archiefkast
ibi àkópamọ́ faili
printer
ẹ̀rọ itẹ̀wé
papier
pépà
beeldscherm
aṣàfihàn
bureau
dẹsiki
muis
atọ́ka
map
fódà
toetsenbord
àtẹ bọ́tìnnì
prullenmand
agbọ̀n ìdalẹ̀nù
computer
kọ̀mpútà
stoel
àga

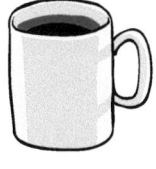

koffiemok

ife kọfí

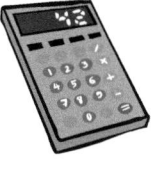

rekenmachine

ẹ̀rọ ìṣirò

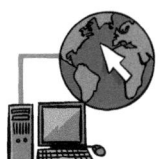

internet

ayélujára

laptop

kọmpútà àgbélétan

brief

lẹ́tà

bericht

ìfiránṣẹ́

mobiele telefoon

alágbèéká

netwerk

nẹ́tíwọ̀kì

kopieermachine

ẹ̀rọ ẹdà

software

sọftwia

telefoon

ẹ̀rọ ìbánisọ̀rọ̀

stopcontact

ihò iná

fax

ẹ̀rọ fakisi

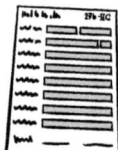

formulier

fọ́ọ̀mù

document

ìwé àkọsílẹ̀

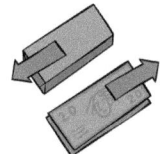

kopen

rà

betalen

sanwó

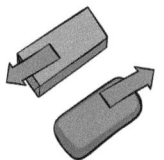

handel drijven

ṣòwò

geld

owó

dollar

dọla

euro

yuro

yen

yẹni

roebel

rọbu

Zwitserse frank

Siwisi frans

renminbi yuan

renminbi yuan

roepie

rupi

geldautomaat

ibi owó

wisselkantoor

ibi ìpàrọ̀ owó

goud

wúrà

zilver

fàdákà

olie

epo

energie

agbára

prijs

iye

contract

àdéhùn

belasting

owó orí

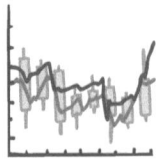

aandeel

ìpín ọjà

werken

ṣiṣẹ́

werknemer

òṣìṣẹ́

werkgever

agbani síṣẹ́

fabriek

ilé iṣẹ́

winkel

ìsọ

beroepen
àwọn iṣẹ́ ààyò

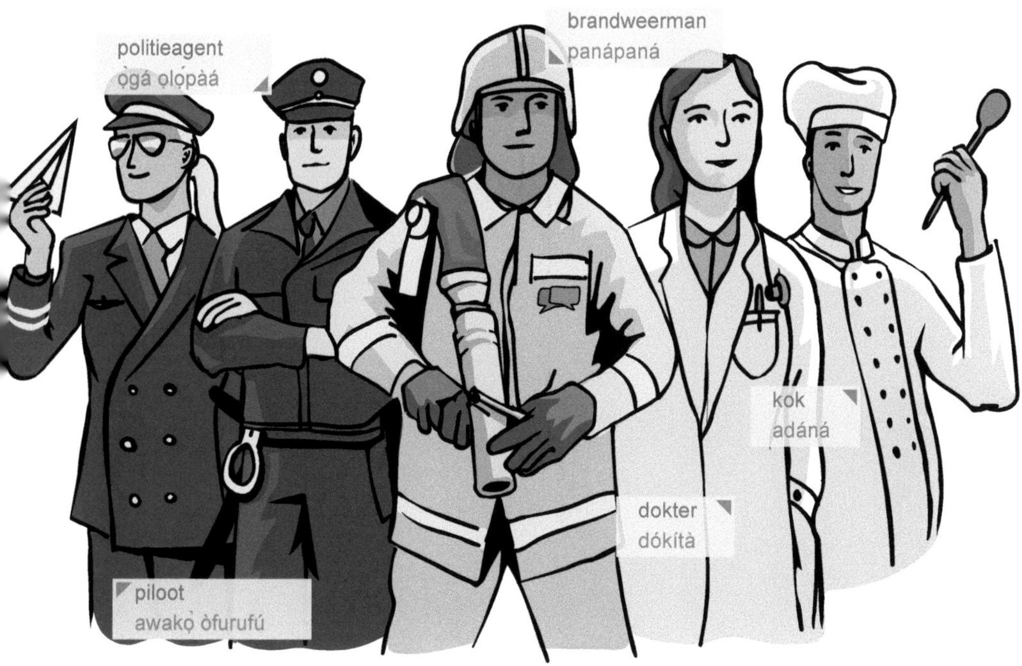
politieagent
ọ̀gá ọlọ́pàá
brandweerman
panápaná
kok
adáná
dokter
dókítà
piloot
awakọ̀ òfurufú

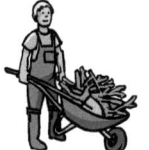

tuinman

olọ́gbà

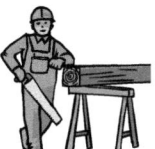

timmerman

gbẹ́nàgbẹ́nà

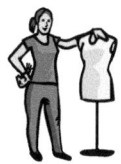

naaister

aránṣọ

rechter

adájọ́

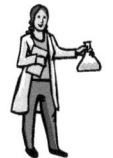

scheikundige

olóògùn

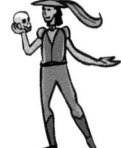

toneelspeler

òṣèré

buschauffeur

awakọ̀ èrò

taxichauffeur

awakọ̀ èrò

visser

apẹja

schoonmaakster

omidan agbálẹ̀

dakdekker

kanlékanlé

ober

agbóunjẹ

jager

ọdẹ

schilder

akunlé

bakker

olùṣe iyẹ̀fun

elektricien

aṣàtúnṣe iná

bouwvakker

akọ́lé

ingenieur

amojú ẹ̀rọ

slager

alápatà

loodgieter

pulọmba

postbode

afiwé ránṣẹ́

soldaat

jagunjagun

architect

ayàwòrán ilé

kassier

akawó

bloemist

olódòdó

kapper

aṣerun lóge

conducteur

adarí èrò

monteur

aṣàtúnṣe ọkọ̀

kapitein

adarí

tandarts

olùtójú eyin

wetenschapper

onímọ̀ ìjìnlẹ̀

rabbi

olùkọ́ni

imam

imamu

monnik

mọnki

pastoor

òjíṣẹ́ Ọlọrun

gereedschap
àwọn irinṣẹ́

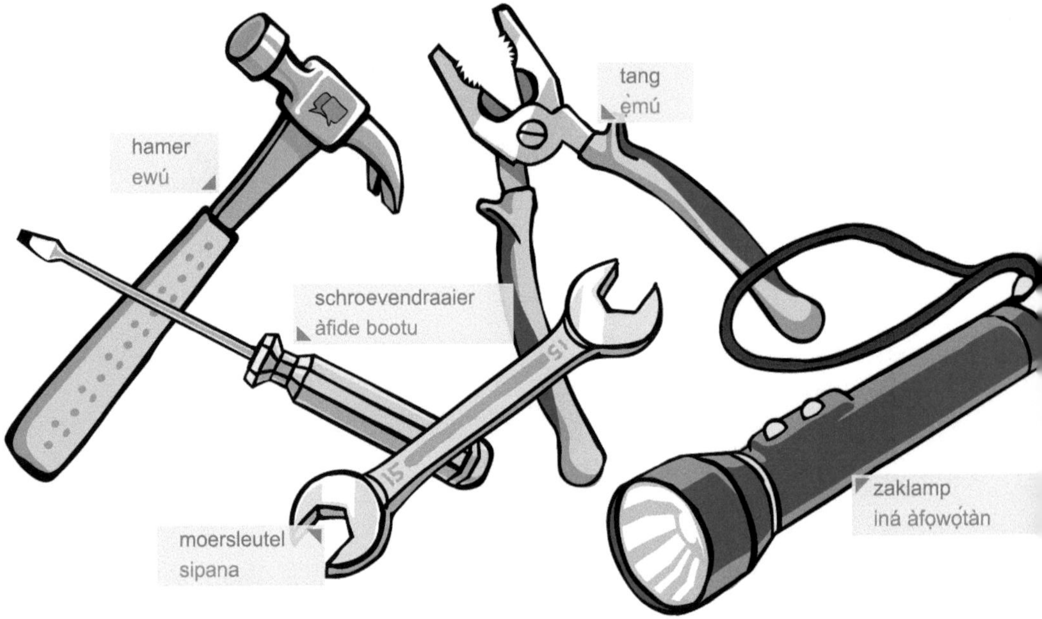
hamer
ewú
tang
ẹ̀mú
schroevendraaier
àfide bootu
moersleutel
sipana
zaklamp
iná àfọwọ́tàn

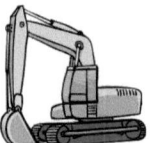

graafmachine
jiga

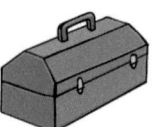

gereedschapskist
àpótí irinṣẹ́

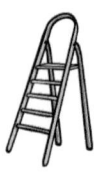

ladder
àgàsọ̀

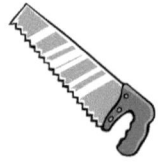

zaag
ayùn

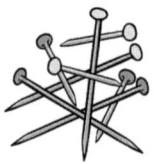

spijkers
èṣó

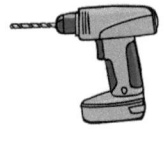

boor
ìlu

repareren
túnṣe

schep
ṣọbìrì

Verdorie!
Adágún!

stofblik
igbá ìdọ̀tí

verfpot
kòkò ọ̀dà

schroeven
bootu

muziekinstrumenten
àwọn irinṣẹ́ orin

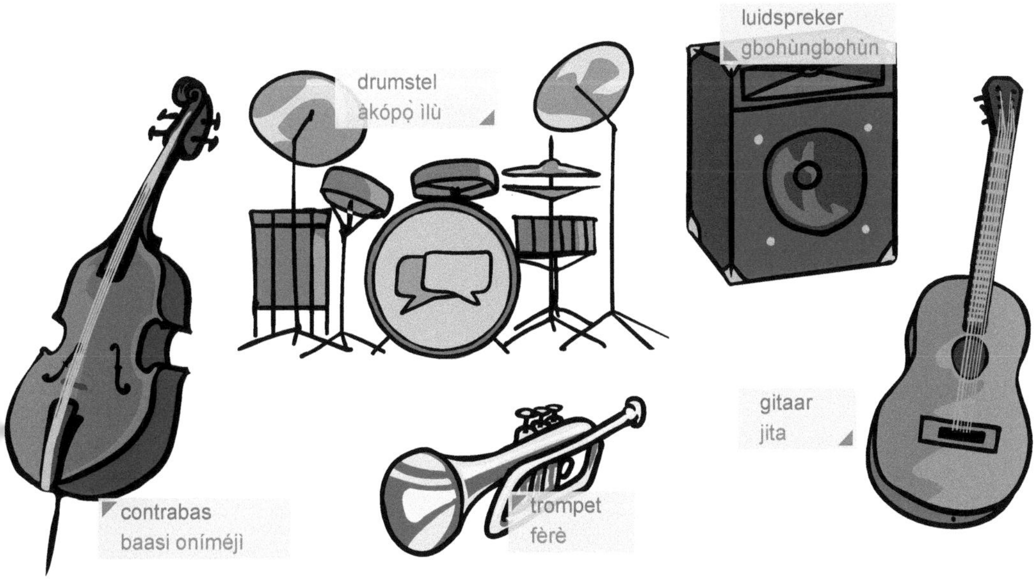

luidspreker
gbohùngbohùn

drumstel
àkópọ̀ ìlù

gitaar
jita

contrabas
baasi oníméjì

trompet
fèrè

piano

dùrù

viool

faolin

bas

baasi

pauk

timpani

trommel

àwọn ìlù

keyboard

kiibọdu

saxofoon

sasofonu

fluit

fèrè ìpè

microfoon

`ẹ̀rọ gbohùngbohùn

dierentuin
ibi ẹranko

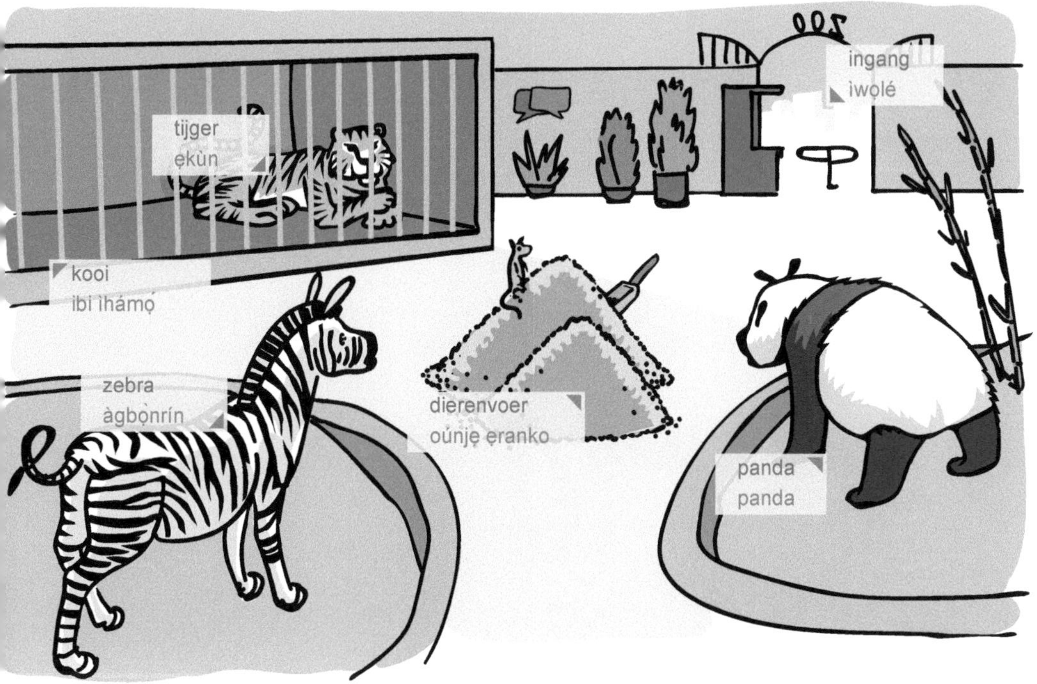

ingang
iwọlé
tijger
ẹkùn
kooi
ibi ìhámọ́
zebra
àgbọ̀nrín
dierenvoer
oúnjẹ ẹranko
panda
panda

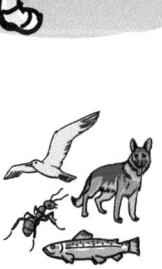

dieren

àwọn ẹranko

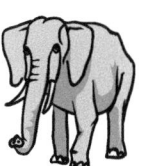

olifant

erin

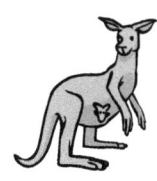

kangoeroe

kangaruu

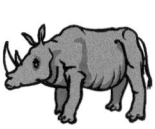

neushoorn

raino

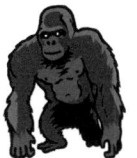

gorilla

ọ̀bọ lagido

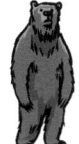

beer

biari

kameel

kẹtẹkẹtẹ́

struisvogel

ẹyẹ agùnlọ́rùn

leeuw

kiniún

aap

ọ̀bọ

flamingo

yọjayọja

papegaai

ayékòótọ́

ijsbeer

biari omi

pinguïn

pinguin

haai

ṣaki

pauw

ọ̀kín

slang

ejò

krokodil

ọ̀nì

dierenverzorger

olùtọ́jú ibi ẹranko

zeehond

sili

jaguar

jagua

pony
poni

luipaard
ẹkùn

nijlpaard
ẹran omi

giraffe
jirafi

adelaar
àṣá

wild zwijn
ẹlẹdẹ igbó

vis
ẹja

schildpad
ijàpá

walrus
wọrọsi

vos
kọ̀lọ̀kọ̀lọ̀

gazelle
gasẹli

àwọn eré ìdáráyá

American football
Bọ́ọ̀lù àfẹsẹ̀gbá Amẹrika

wielrennen
kẹkẹ́

tennis
tẹnísi

basketbal
bọ́ọ̀lù agbọ̀n

zwemmen
ìwẹ̀ odò

boksen
ẹlẹ́sẹ̀ẹ́

ijshockey
ọ̀kì yìnyín

voetbal	badminton	atletiek
bọ́ọ̀lù àfẹsẹ̀gbá	badmintin	àwọn tí ń sáré

handbal	skiën	polo
bọ́ọ̀lù ọlọ́wọ́	eré orí yìnyín	polo

activiteiten
àwọn iṣẹ́

lachen
rẹ́rìín
springen
fò
knuffelen
dìmọ́
lopen
rìn
zingen
kọrin
dromen
àlá
bidden
gbàdúrà
kussen
fẹnukò

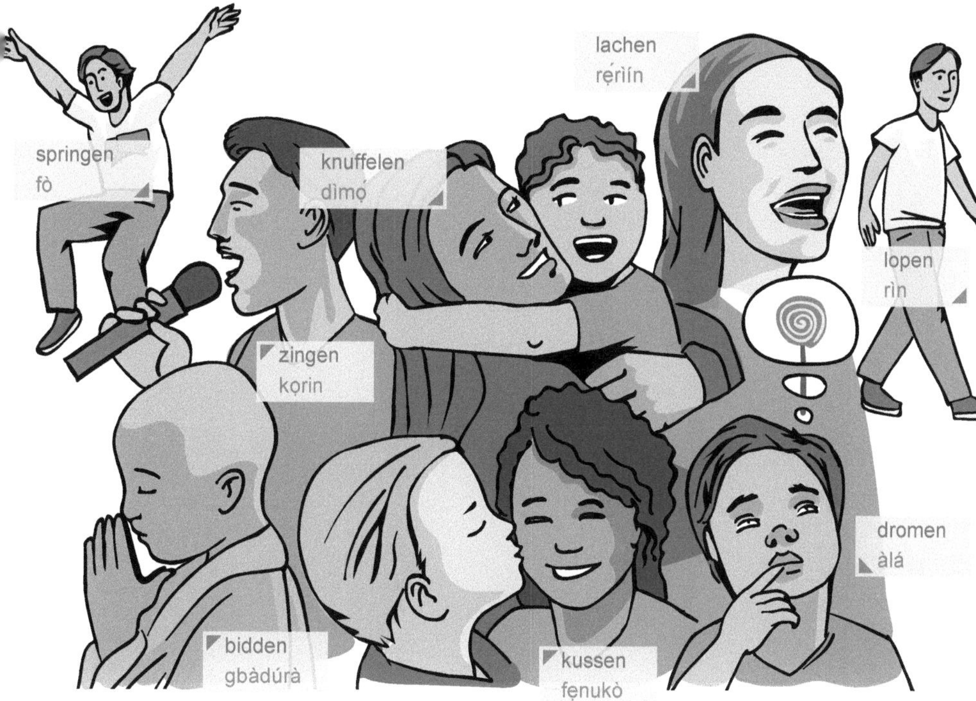

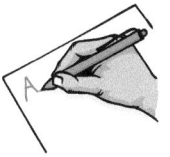

schrijven
kọ̀wé

tekenen
yàwòrán

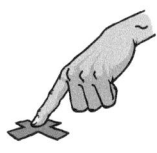

tonen
fihàn

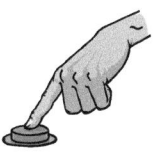

duwen
tì

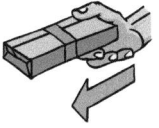

geven
funni

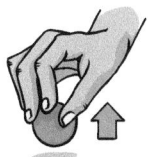

oppakken
mú

hebben

ní

doen

şe

zijn

jẹ́

staan

dúró

rennen

sáré

trekken

fà

gooien

jù

vallen

şubú

liggen

parọ́

wachten

dúró

dragen

gbé

zitten

jókòó

aankleden

múra

slapen

sùn

wakker worden

jí

activiteiten - àwọn iṣẹ́

bekijken	huilen	strelen
wo	kígbe	ọ̀pá

kammen	praten	begrijpen
ìlarun	sọ̀rọ̀	lóye

vragen	horen	drinken
bèrè	tẹ́tí	omi

eten	opruimen	houden van
jẹun	palẹ̀mọ́	ìfẹ́

koken	rijden	vliegen
dáná	wakọ̀	fò

zeilen

ìgbín

rekenen

ṣírò

lezen

kàwé

leren

kọ́

werken

ṣiṣẹ́

trouwen

gbéyàwó

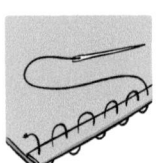

naaien

ránṣọ

tandenpoetsen

fọ eyín

doden

pa

roken

mu sìgá

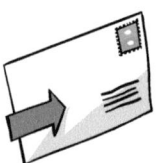

verzenden

firánṣẹ́

grootmoeder
ìyá ńlá

grootvader
bàbá ńlá

vader
bàbá

moeder
ìyá

baby
ọmọdé

dochter
ọmọbìnrin

zoon
ọmọkùnrin

gast

àlejò

tante

àbúrò ìyá

oom

àbúrò bàbá

broer

arákùnrin

zus

arábìnrin

lichaam

ara

voorhoofd
iwájú orí
oog
ẹyinjú
schouder
èjìká
vinger
ìka
gezicht
ojú
kin
àgbọ̀n
hand
ọwọ́
been
ẹsẹ̀
borst
ọyàn
arm
apá

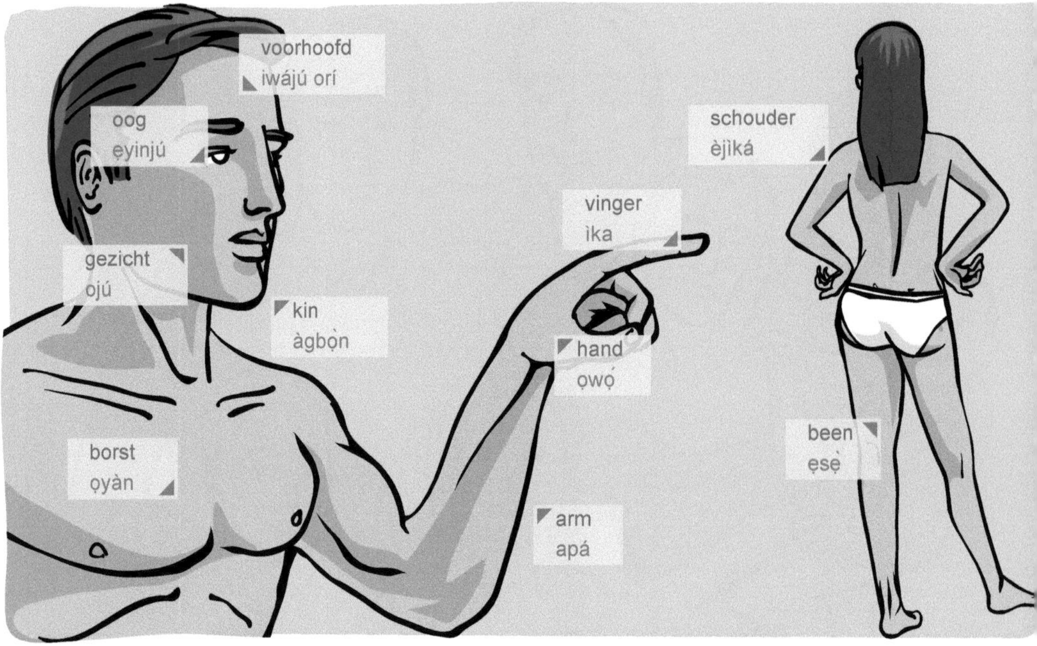

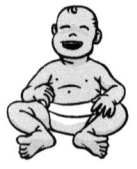

baby
ọmọdé

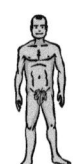

man
ọkùnrin àgbà

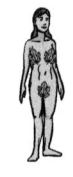

vrouw
obìnrin àgbà

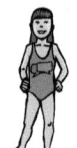

meisje
obìnrin

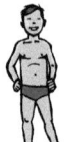

jongen
ọkùnrin

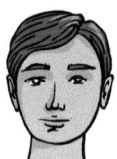

hoofd
orí

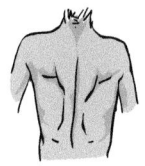

rug
ẹ̀yìn

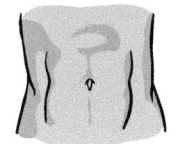

buik
inú

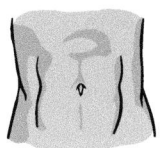

navel
ìdodo

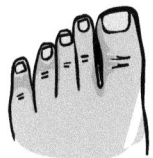

teen
ìka ẹsẹ̀

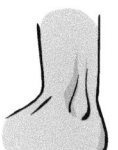

hiel
ẹ̀yìn ẹsẹ̀

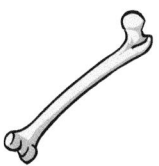

bot
egungun

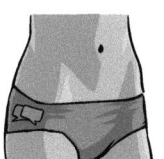

heup
ìbàdí

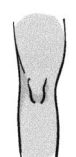

knie
orúnkún

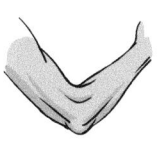

elleboog
ìgúpá

neus
imú

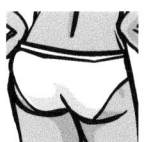

achterwerk
ìdí

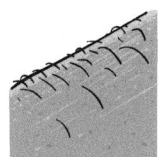

huid
awọ

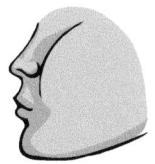

wang
ẹ̀rẹ̀kẹ́

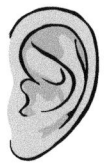

oor
etí

lippen
ètè

mond

ẹnu

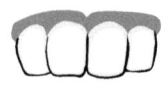

tand

eyín

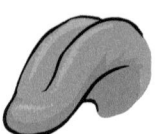

tong

ahọ́n

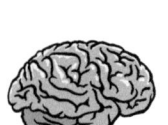

hersenen

ọpọlọ

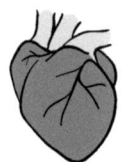

hart

ọkàn

spier

iṣan

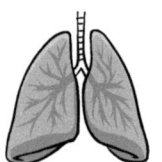

long

ìfun

lever

ẹ̀dọ̀

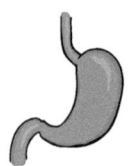

maag

ikùn

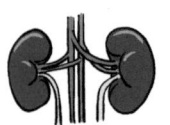

nieren

kíndìrín

geslachtsgemeenschap

ìbálòpọ̀

condoom

rọ́bà àbò

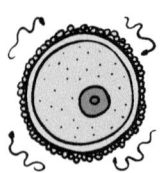

eicel

ofumu

sperma

àtọ̀

zwangerschap

oyún

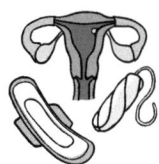

menstruatie

ṅkan oṣù

vagina

òbò

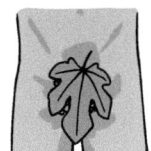

penis

okó

wenkbrauw

ìpénpéjú

haar

irun

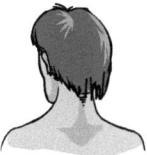

hals

ọrùn

ziekenhuis
ilé ìwòsàn

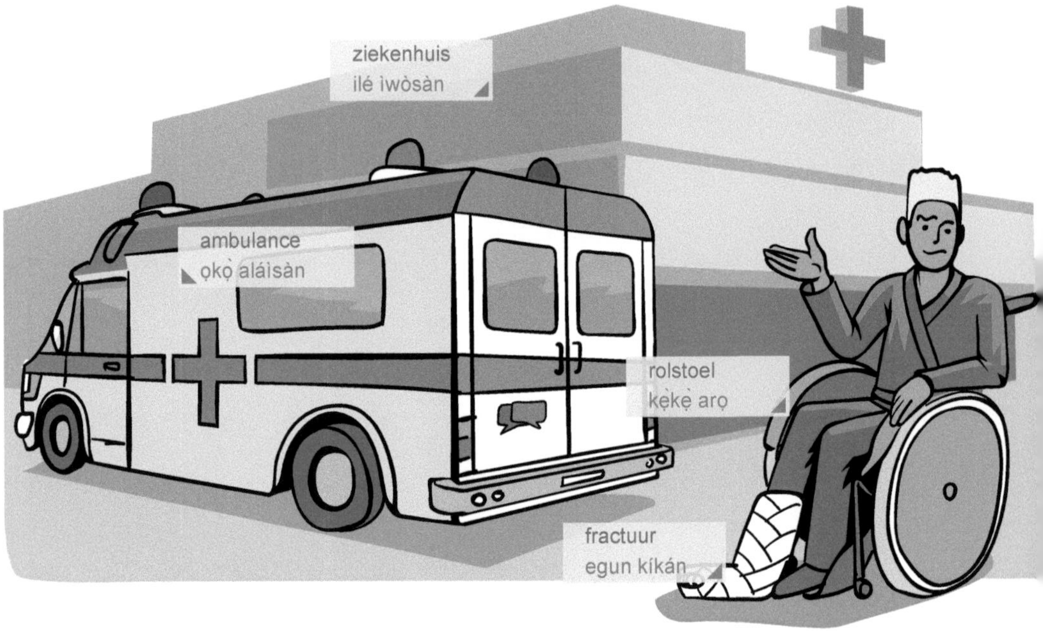

ziekenhuis
ilé ìwòsàn
ambulance
ọkọ̀ aláìsàn
rolstoel
kẹ̀kẹ́ arọ
fractuur
egun kíkán

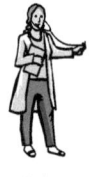

dokter

dókítà

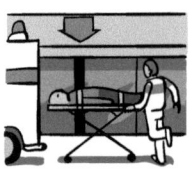

EHBO

yàrá pàjáwìrì

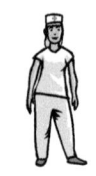

verpleegster

nọ́ọ̀sì

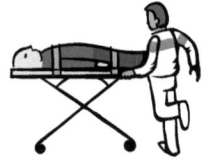

noodgeval

pàjáwìrì

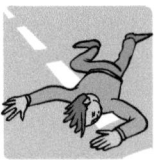

bewusteloos

dákú

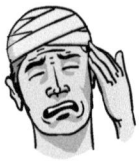

pijn

ìrora

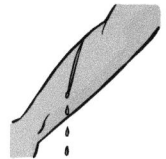

verwonding
egbò

bloeding
èjè dídà

hartaanval
àìsàn ọkàn

beroerte
rọpárọsẹ̀

allergie
àlébù ògùn

hoest
ikọ́

koorts
ibà

griep
ọ̀finkìn

diarree
ìgbẹ́ gburu

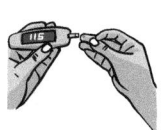

hoofdpijn
èfọrí

kanker
jẹjẹrẹ

diabetes
ìtọ̀ ṣúgà

chirurg
alábẹ

scalpel
abẹfẹlẹ́

operatie
iṣẹ́ abẹ

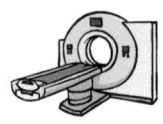

CT

CT

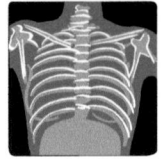

röntgen

x-ray

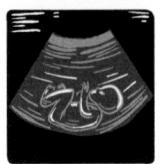

echografie

ọtirasandi

gezichtsmasker

aṣọ ìbòjú

ziekte

àrùn

wachtkamer

yàrá ìdúró

kruk

ọ̀pá

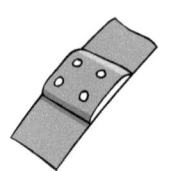

pleister

àlẹ̀mọ́

verband

aṣọ àfiwé

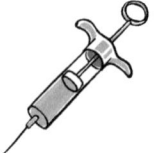

injectie

abẹ́rẹ́

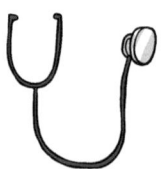

stethoscoop

àyẹ̀wò ẹ̀émì

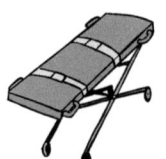

brancard

àtẹ aláìsàn

thermometer

ẹ̀rọ ìwọ̀n oru ilé ìwòsàn

geboorte

ìbí

overgewicht

ìsanrajù

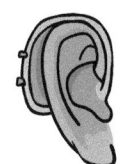

gehoorapparaat

ẹ̀rọ àfigbọ́rọ̀

ontsmettingsmiddel

apa kòkòrò

infectie

àkóràn

virus

kòkòrò

HIV / AIDS

Àrùn HIV / AIDS

medicijn

òGùn

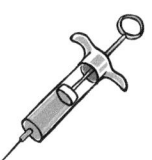

inenting

àjẹsára

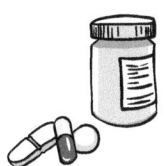

tabletten

tabulẹti

pil

òGùn

alarmnummer

ìpè pàjáwìrì

bloeddrukmeter

atọpinpin ẹ̀jẹ̀ ríru

ziek / gezond

àìsàn / lera

Help! Ìrànlọ́wọ́!	 alarm ìtanijí	 overval ìluni
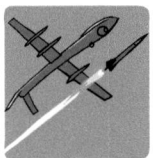 aanval ìdójukọ	 gevaar ewu	 nooduitgang ìjáde pàjáwìrì
Brand! Iná!	 brandblusser panápaná	 ongeluk ìjàmbá
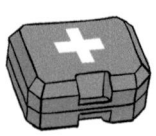 EHBO-koffer àpótí ìtọ̀jú aláìsàn	 SOS SOS	 politie ọlọ́pàá

Europa

Yuropu

Noord-Amerika

North Amerika

Zuid-Amerika

South Amerika

Afrika

Afirika

Azië

Esia

Australië

Ọsirelia

Atlantische Oceaan

Atlantic

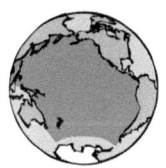

Stille Oceaan

Pacific

Indische Oceaan

Indian Ocean

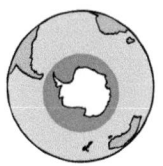

Zuidelijke Oceaan

Antarctic Ocean

Noordelijke IJszee

Arctic Ocean

Noordpool

Òpó Ìlà Òrùn

Zuidpool

Òpó Ìwọ̀ Òrùn

Antarctica

Antarctica

aarde

Ayé

land

ilẹ̀

zee

òkun

eiland

erékùsù

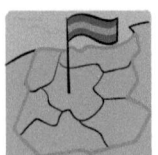

natie

orílẹ̀-èdè

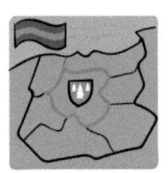

staat

ìpínlẹ̀

wijzerplaat

ojú aago

uurwijzer

ọwọ́ wákàtí

minutenwijzer

ọwọ́ ìṣẹ́jú

secondewijzer

ọwọ́ ìṣẹ́jú àáyá

Hoe laat is het?

Kínni aago sọ?

dag

ọjọ́

tijd

àkókò

nu

báyìí

digitaal horloge

aago onínọ́mbà

minuut

ìṣẹ́jú

uur

wákàtí

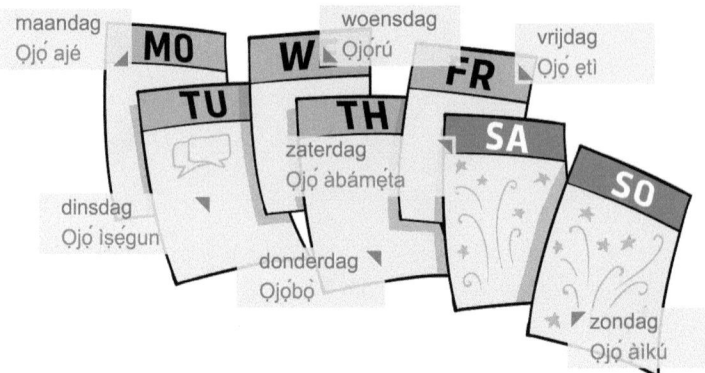

maandag
Ọjọ́ ajé

woensdag
Ọjọ́rú

vrijdag
Ọjọ́ ẹtì

TU

TH

zaterdag
Ọjọ́ àbámẹ́ta

dinsdag
Ọjọ́ ìsẹ́gun

donderdag
Ọjọ́bọ

zondag
Ọjọ́ àìkú

gisteren
....
àná

vandaag
....
òní

morgen
....
ọ̀la

ochtend
....
àárọ̀

middag
....
ọ̀sán

avond
....
ìrọ̀lẹ́

MO	TU	WE	TH	FR	SA	SU
1	2	3	4	5	6	7
8	9	10	11	12	13	14
15	16	17	18	19	20	21
22	23	24	25	26	27	28
29	30	31	1	2	3	4

werkdagen
....
àwọn ojọ́ isẹ́

MO	TU	WE	TH	FR	SA	SU
1	2	3	4	5	6	7
8	9	10	11	12	13	14
15	16	17	18	19	20	21
22	23	24	25	26	27	28
29	30	31	1	2	3	4

weekend
....
ìparí ọsẹ̀

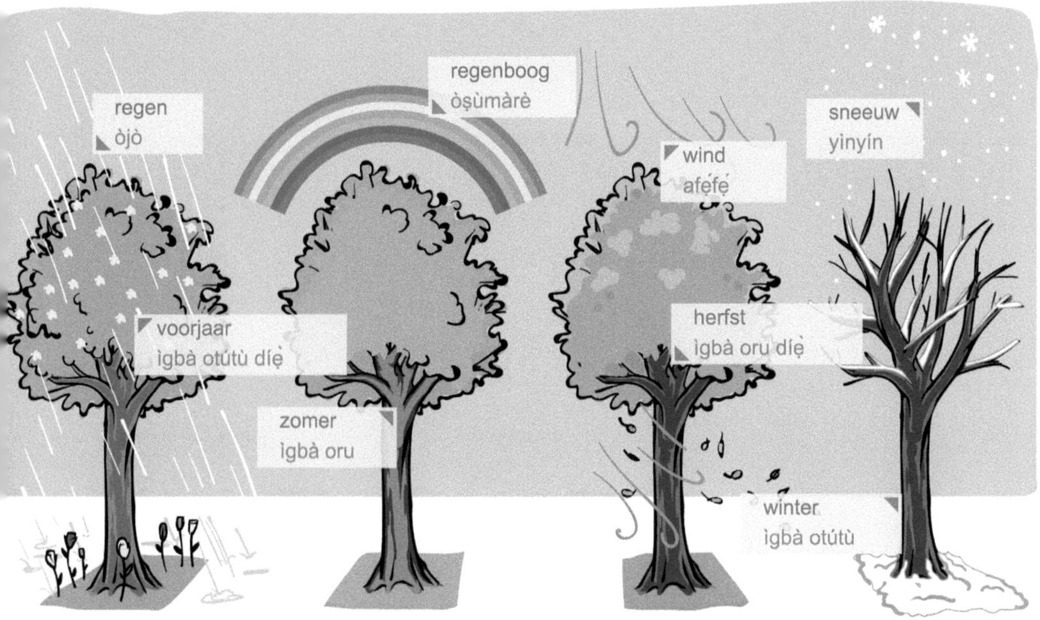

regen
òjò
regenboog
òṣùmàrè
wind
afẹ́fẹ́
sneeuw
yìnyín
voorjaar
ìgbà otútù díẹ̀
herfst
ìgbà oru díẹ̀
zomer
ìgbà oru
winter
ìgbà otútù

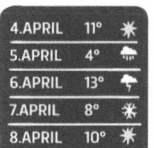

4.APRIL 11°
5.APRIL 4°
6.APRIL 13°
7.APRIL 8°
8.APRIL 10°

weerbericht

ìsọtẹ́lẹ̀ ojú-ọjọ́

F C
120 90 60 30 0 -30
40 30 20 10 0 -10 -20

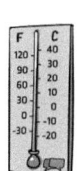

thermometer

ẹ̀rọ ìwọ̀n oru

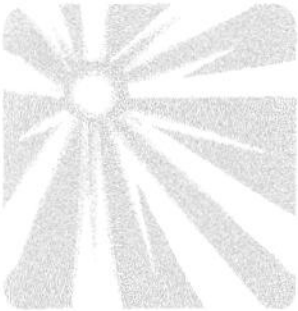

zonneschijn

ìtànsán òrùn

wolk

òfurufú

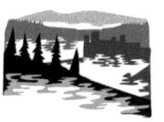

mist

ọ̀pọ̀lọ́

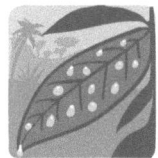

luchtvochtigheid

ọ̀gìnniti

bliksem

iná

donder

àrá

storm

ìjì

hagel

kùrukùru

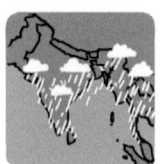

moesson

afẹ́fẹ́

overstroming

àgbàrá

ijs

omi dídì

januari

Ọṣù kínní

februari

Ọṣù kejì

maart

Ọṣù kẹẹ̀ta

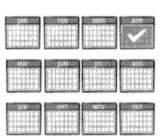

april

Ọṣù kẹẹ́rin

mei

Ọṣù kaàrún

juni

Ọṣù kẹfà

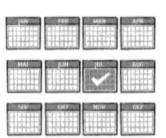

juli

Oṣù keèje

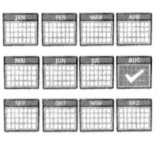

augustus

Oṣù keẹ̀jọ

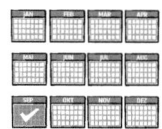

september
....
Oṣù kẹẹ́sán

oktober
....
Oṣù keẹ̀wá

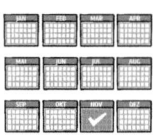

november
....
Oṣù kọkànlá

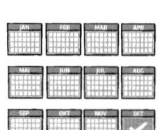

december
....
Oṣù kejìlá

vormen
àwọn ìrísí

cirkel
....
róbótó

vierkant
....
onígun mẹ́rin dọ́gba dọ́gba

rechthoek
....
onígun mẹ́rin

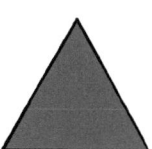

driehoek
....
onígun mẹ́ta

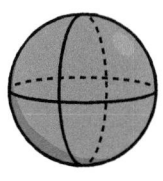

bol
....
sifia

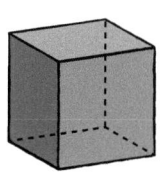

kubus
....
kubu

wit

funfun

geel

yẹlo

oranje

olómi ọsàn

roze

pinki

rood

pupa

paars

pọpu

blauw

bulu

groen

aláwọ̀ ewé

bruin

buranu

grijs

rẹ́súrẹ́sú

zwart

dúdú

veel / weinig

òpò / níwònba

boos / rustig

bínnú / farabalè

mooi / lelijk

rẹwà / òbùrẹwà

begin / einde

bíbẹ̀rẹ̀ / òpin

groot / klein

ńlá / kékeré

licht / donker

mọ́lẹ̀ / dúdú

broer / zus

arákùnrin / arábìnrin

schoon / vies

mímọ́ / dọ̀tí

volledig / onvolledig

parí / àìparí

dag/ nacht

ojọ́ / alẹ́

dood / levend

kú / àyè

breed / smal

fẹ̀ / tínrín

eetbaar / oneetbaar

jíję / àìlèję

gemeen / aardig

ibi / dára

opgewonden / verveeld

dunnú / sísú

dik / dun

tóbi / tínrín

eerste / laatste

àkọ́kọ́ / igbèyìn

vriend / vijand

ọ̀rẹ́ / ọ̀tá

vol / leeg

kún / ṣófo

hard / zacht

le / rọ̀

zwaar / licht

wúwo / fúyẹ́

honger / dorst

ebi / òhùngbẹ

ziek / gezond

àìsàn / lera

illegaal / legaal

tàpá sófin / bá òfin mu

intelligent / dom

ọlọ́gbọ́n / òmùgọ̀

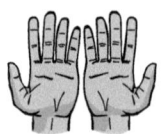

links / rechts

òsì / ọ̀tún

dichtbij / ver

tòsí / jìnnà

nieuw / gebruikt

tuntun / àlòkù

niets / iets

àìsí nkan / níní nkan

oud / jong

arúgbó / ọ̀dọ́

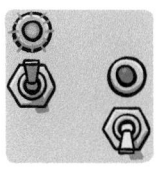

aan / uit

tàn / kú

open / gesloten

ṣí / padé

zacht / luid

dákẹ́ / pariwo

rijk / arm

lọ́rọ̀ / tòsì

goed / fout

tọ̀nà / àìtọ̀nà

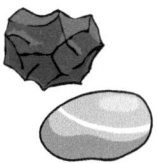

ruw / glad

àìdán / dán

verdrietig / gelukkig

banújẹ́ / dunú

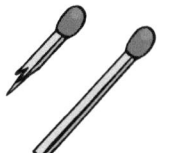

kort / lang

kúrú / gùn

langzaam / snel

lọ́ra / yára

nat / droog

tutù / gbẹ

warm / koel

lọ́wọ́rọ́ / otútù

oorlog / vrede

ogun / àlàfíà

0

nul

òdo

1

één

méní

2

twee

méjì

3

drie

mẹ́ta

4

vier

mẹ́rin

5

vijf

márùún

6

zes

mẹ́fà

7

zeven

méje

8

acht

mẹ́jọ

9

negen

mẹ́sàán

10

tien

mẹ́wàá

11

elf

mọ́kànlá

12

twaalf
méjìlá

13

dertien
mẹ́tàlá

14

veertien
mẹ́rìnlà

15

vijftien
mẹ́dogun

16

zestien
marundinlógún

17

zeventien
mẹ́tàdínlógún

18

achttien
méjidínlógún

19

negentien
mọ́kàndínlógún

20

twintig
ogún

100

honderd
ọgọ́rùún

1.000

duizend
ẹgbẹ̀rún

1.000.000

miljoen
miliọnu

Engels

Gẹ̀ẹ́sì

Amerikaans Engels

Gẹ̀ẹ́sì Ilẹ̀ Amẹ́ríkà

Chinees Mandarijn

Mandarini Ṣaina

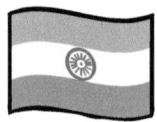

Hindi

Hindi

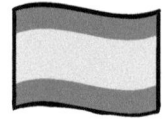

Spaans

Sipaniṣi

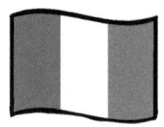

Frans

Faransé

Arabisch

Lárúbáwá

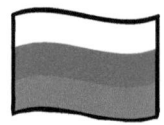

Russisch

Rọṣia

Portugees

Pọtugi

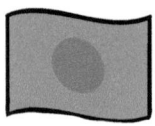

Bengalees

Bẹngali

Duits

Jamani

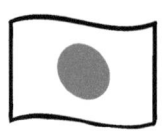

Japans

Japanisi

ik

Èmi

jij

ìwọ

hij / zij / het

ọkùnrin / obìnrin / nkan

wij

àwa

jullie

ìwọ

zij

àwọn

wie?

tani?

wat?

kínni?

hoe?

báwo?

waar?

níbo?

wanneer?

nígbà wo?

naam

orúkọ

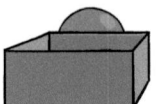

achter

lẹ́yìn

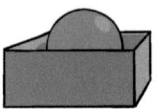

in

inú

voor

níwájú

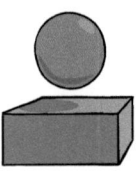

boven

lókè

op

lórí

onder

lábẹ́

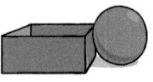

naast

lẹ́gbẹ̀ẹ́

tussen

láàrín

plaats

ibi